CHUYỆN PHẬT
ĐỜI XƯA

CHUYỆN PHẬT ĐỜI XƯA
ĐOÀN TRUNG CÒN *biên soạn*
Nguyễn Minh Tiến *hiệu đính*

Bản quyền thuộc về tác giả và Nhà xuất bản Liên Phật Hội (United Buddhist Publisher - UBP).

Copyright © 2019 by United Buddhist Publisher
ISBN-13: 978-1-0905-8659-9
ISBN-10: 1-0905-8659-0

© All rights reserved. No part of this book may be reproduced by any means without prior written permission from the publisher.

ĐOÀN TRUNG CÒN biên soạn
Nguyễn Minh Tiến hiệu đính

CHUYỆN PHẬT ĐỜI XƯA

TUYỂN TẬP TRUYỆN CỔ PHẬT GIÁO

UNITED BUDDHIST PUBLISHER
NHÀ XUẤT BẢN LIÊN PHẬT HỘI

LỜI NÓI ĐẦU

Tập sách này được học giả Đoàn Trung Còn biên soạn cách đây hơn nửa thế kỷ, từ nhiều nguồn tư liệu khác nhau trong Phật giáo, mà trong đó chủ yếu là các kinh Bản sanh (chuyện tiền thân đức Phật) và Đại Bát Niết-bàn.

Mục tiêu của soạn giả có thể dễ dàng thấy được qua hầu hết nội dung các câu chuyện, vì đã được chọn lọc một cách khá nhất quán xoay quanh trục chủ đề chính là các vấn đề luân lý, đạo đức. Bên cạnh đó, những vấn đề như đức tin, luật nhân quả và các phần giáo lý căn bản như Tam quy, Ngũ giới cũng được đưa vào.

Tuy ra đời khá sớm trong dòng văn học Phật giáo, nhưng cho đến nay, điểm thú vị của độc giả khi đọc lại tập sách này là vẫn có thể nhận ra được những vấn đề quen thuộc với cuộc sống hiện nay của bản thân mình. Có thể xem đây là một sự minh họa phong phú và lý thú cho những bài giảng về giáo lý nhà Phật. Và có lẽ đây cũng chính là lý do giúp cho tập sách được độc giả nồng nhiệt đón nhận ngay từ khi vừa mới ra đời. Năm 1998, NXB Thuận Hóa đã cho tái bản tập sách này để đáp ứng nhu cầu của đông đảo bạn đọc.

Thế nhưng, nửa thế kỷ là một quãng thời gian khá dài, và sự tồn tại của tác phẩm không có nghĩa là nó hoàn toàn không có ít nhiều những điểm không phù hợp với độc giả hiện nay. Thấy được điều đó, trước khi tái bản lần này chúng tôi đã tiến hành việc hiệu đính lại toàn bộ nội dung cũng như nhuận sắc phần văn chương trong tác phẩm.

Trong khi làm công việc này, chúng tôi căn cứ vào những tư liệu gốc mà soạn giả đã sử dụng trước đây, phần lớn là những bộ kinh mà soạn giả đã trích ra các mẩu chuyện trong sách này. Mặt khác, chúng tôi vẫn cố gắng giữ lại tính chất giản dị, trong sáng và dễ hiểu của tập sách, không đi sâu vào những vấn đề mang tính triết học hay những luận lý phức tạp, vì có thể là không phù hợp lắm với đông đảo độc giả thuộc tầng lớp bình dân. Trong một số câu chuyện, chúng tôi không sử dụng lối trích dẫn nguyên vẹn trong các kinh như soạn giả đã làm trước đây, mà căn cứ vào nội dung câu chuyện đã được trình bày trong kinh để viết lại theo lối văn kể chuyện. Điều này là nhằm tạo sự nhất quán cho văn phong của toàn bộ sách, và cũng nhờ đó làm cho những câu chuyện trở nên dễ hiểu và hấp dẫn hơn.

Với tâm nguyện tiếp bước người xưa, góp phần tạo thêm những cuốn sách bổ ích và lành mạnh, có thể giúp củng cố, vun bồi những giá trị đạo đức và tinh thần trong xã hội, chúng tôi không ngại tài hèn sức mọn, cũng cố gắng hết sức mình để lần tái bản này nội dung cũng như hình thức của tập sách đều được hoàn thiện hơn. Mặc dù vậy, với những hạn chế nhất định về trình độ, chúng tôi tự biết khó lòng tránh khỏi ít nhiều sơ sót. Kính mong các bậc cao minh rộng lòng chỉ giáo và quý bạn đọc gần xa cũng niệm tình lượng thứ.

NGUYỄN MINH TIẾN

THIỆN HỮU VÀ ÁC HỮU

Thuở xưa, tại thành Ba-la-nại (*Bénarès*) có một vị vua rất nhân từ, thường nói theo đạo từ bi để trị nước và giáo hóa dân chúng. Ngài rất công minh, không bao giờ có sự thiên vị với bất cứ ai. Ngài cai trị hơn 60 nước chư hầu gồm hơn tám mươi quận, có trong tay hàng trăm thớt voi. Trong nội cung của ngài có đến hai chục ngàn cung phi mỹ nữ. Nhưng thật không may là ngài vẫn chưa có con nối dõi.

Ngài hằng cầu nguyện trời Phật thánh thần, xin cho có được một mụn con để nối dòng. Mười hai năm sau, hoàng hậu thọ thai, rồi bà thứ phi cũng cùng lúc thọ thai. Vua lấy làm vui mừng, tự mình chăm sóc cho hai bà rất thận trọng, tự tay lo từng miếng ăn, thức uống, cho đến lúc nằm khi nghỉ, vua cũng đích thân lo giường nệm cho.

Đến kỳ nở nhụy khai hoa, hoàng hậu sinh ra một bé trai kháu khỉnh, xinh đẹp, toàn hảo đến mức không chê vào đâu được. Rồi bà thứ phi liền đó cũng sinh được một hoàng nam. Vua hết sức vui mừng, liền triệu tập triều thần và cung thỉnh nhiều vị thầy danh tiếng ở khắp nơi về dự đoán số mệnh cho hai con.

Khi nhà vua bế vị thái tử do hoàng hậu sinh ra trao cho các thầy Bà-la-môn để đặt tên, các thầy hỏi rằng: "Lúc thọ thai hoàng tử và khi sinh ra có điềm lạ gì chăng?"

Những người hầu đáp rằng: "Lúc trước hoàng hậu tánh tình hay tham ác, ganh ghét và kiêu ngạo. Từ khi thọ thai hoàng tử, tánh tình bà bỗng hoá ra khoan dung rộng rãi, thuần lương hiền hậu, nét mặt luôn tươi vui, suốt ngày cười nói, lại thường quan tâm thăm hỏi người khác, nói năng ngọt ngào và lấy lòng từ tâm mà đối xử với tất cả mọi người."

Các thầy Bà-la-môn liền nói: "Đó là do thiện nghiệp của thái tử mà hoàng hậu được trở nên hiền lành." Họ liền đặt tên cho thái tử là Thiện Hữu (善友), nghĩa là người bạn hiền.

Kế đến, khi xem tướng cho hoàng tử con bà thứ phi, các thầy cũng hỏi rằng: "Lúc mang thai và khi sinh hoàng tử ra, có điềm gì lạ chăng?"

Những người hầu đáp rằng: "Lúc trước, hoàng hậu tánh tình khoan dung rộng rãi, không tham ác, không ganh ghét và không hay kiêu ngạo. Kể từ khi thọ thai hoàng tử, tánh tình bà bỗng hoá ra không thuần lương hiền hậu chút nào. Bà nói ra những lời cộc cằn dữ tợn và hay ganh ghét oán giận người khác."

Các thầy Bà-la-môn liền nói: "Đó là do ác nghiệp của đứa trẻ này mà khiến cho bà mẹ trở nên hung ác." Họ liền đặt tên là Ác Hữu (惡友), nghĩa là người bạn dữ.

Hai trẻ được nuôi nấng và chăm sóc như nhau cho đến năm lên mười bốn tuổi.

Thiện Hữu thông minh hiền lành, thường hay bố thí cho người. Vua và hoàng hậu rất thương yêu, trân quý như tai, mắt của mình. Còn Ác Hữu thì tánh tình hung tợn. Vua và hoàng hậu không mấy hài lòng nên tình thương có phần nhợt nhạt. Ác Hữu ganh ghét với anh mình, thường tìm cách làm hại, quấy phá luôn. Tuy là em mà chẳng chịu nghe lời anh, lại thường đối nghịch, cãi lại.

Một hôm, thái tử Thiện Hữu cùng tùy tùng ra chơi bên ngoài thành. Vừa lúc đi ngang một cánh đồng, ngài nhìn quanh thấy những nông dân đang cày ruộng, khi đất bị xới tung lên thì các loài trùng phơi mình ra. Liền đó, chim quạ bay tới mổ lấy trùng và ăn mất. Thái tử thấy cảnh ấy, lấy làm cảm động và đau lòng. Từ nhỏ, lớn lên trong cung vàng điện ngọc, ngài đã có bao giờ nhìn thấy chuyện ấy đâu!

Thái tử liền hỏi người hầu: "Vì sao người ta lại cày đất để cho loài vật ăn hại lẫn nhau như vậy?" Người hầu đáp: "Tâu điện hạ, đất nước của ngài mà vững được, ấy là nhờ dân. Dân mà sống được, là nhờ có miếng ăn. Muốn có miếng ăn, phải nhờ việc cày bừa trồng ngũ cốc. Phải làm thế mới có thể giữ được cuộc sống." Thái tử suy nghĩ chuyện ấy rồi than rằng: "Đau đớn thay! Đau đớn thay!"

Lại đi tiếp một quãng xa, ngài gặp nhiều người đàn ông và đàn bà đang cùng nhau kéo chỉ quay tơ. Họ đi qua đi lại, tay chân cử động nặng nề coi bộ rất mệt mỏi. Thiện Hữu hỏi rằng: "Những người ấy làm việc gì vậy?" Người hầu trả lời: "Tâu điện hạ, họ đang kéo chỉ và quay tơ để làm ra những áo quần dùng mặc ấm và che thân." Thái tử than rằng: "Việc làm cực khổ, mệt nhọc thay!"

Ngài lại đi xa hơn nữa, thấy một chỗ lò mổ thịt, người ta đang giết bò, lạc đà, ngựa, heo và cừu. Ngài hỏi: "Những người ấy là ai?" Người hầu đáp: "Những người ấy giết thịt thú vật, đem bán để lấy tiền sinh sống." Thái tử nghe qua rùng mình và nói: "Thật kỳ lạ thay! Thật đau đớn thay! Những người ấy thật là hung dữ, ỷ sức mạnh để làm hại kẻ yếu. Nếu người ta giết những sanh mạng này để nuôi dưỡng sinh mạng kia thì tội ác ấy sẽ chất chồng muôn kiếp."

Rồi ngài đi xa hơn nữa, gặp những người đang thả lưới bắt chim, một số khác đang câu cá. Họ dùng sự khôn ngoan của mình để giết hại những sanh mạng không có thù oán gì với họ. Thái tử lại hỏi: "Những người ấy là ai và họ làm gì đó?" Người hầu đáp: "Tâu điện hạ, họ đang dùng lưới bắt chim và dùng lưỡi câu để bắt cá. Họ làm nghề ấy để nuôi sống bản thân và gia đình." Thái tử nghe qua như vậy thì giọt nước mắt từ bi chảy tràn trên mặt. Ngài nghĩ rằng: "Trong trần thế biết bao nhiêu người làm đủ các nghiệp ác, tội lỗi không sao kể xiết!" Ngài lấy làm khổ tâm, không còn vui thú việc rong chơi nữa, liền bảo quay xe trở về cung.

Thấy ngài trở về, vua cha hỏi: "Này con, tại sao con đi chơi về mà lại ưu sầu như thế?" Thiện Hữu đem những việc đã gặp mà thuật lại với cha. Vua nghe xong, phán rằng: "Những điều con gặp đó là tất nhiên phải có trong cuộc sống này, sao con lại lấy thế làm buồn?"

Thái tử nói: "Tâu phụ vương, con muốn xin một điều, không biết phụ vương có thuận cho chăng?" Vua đáp: "Ta yêu con hơn hết thảy mọi thứ trên thế gian này, lẽ nào ta lại tiếc với con điều gì?" Thái tử liền nói: "Con muốn được phụ vương ban cho những của báu trong kho, với những đồ ăn thức uống để bố thí cho bá tánh." Vua nói: "Được, ta thuận cho con điều ấy."

Thái tử Thiện Hữu liền sai quân mở kho báu, lấy vàng bạc và của quí chở trên năm trăm thớt voi mang ra bên ngoài bốn cửa thành, truyền rao khắp nước rằng, ai muốn có áo quần và vật thực thì cứ tự do đến lấy về dùng.

Khắp nơi trong nước, người ta nhanh chóng truyền cho nhau hay về sự nhân từ của thái tử. Bá tánh kéo về đông nghẹt cả bốn cửa thành. Và chẳng bao lâu đã phân phát hết một phần ba của cải trong kho. Các quan coi kho vào tâu với vua rằng: "Tâu thánh thượng, điện hạ đã ban phát hết một phần ba của cải trong kho rồi. Xin thánh thượng xét lại." Vua đáp: "Đó là việc làm của thái tử, trẫm làm thế nào mà ngăn cấm được?"

Các quan coi kho nghĩ rằng: "Nước vững mạnh là nhờ có tiền của. Nếu trong kho hết sạch tiền của, thì đất nước làm sao tồn tại?" Rồi chẳng bao lâu, họ lại tâu lên vua rằng: "Tâu bệ hạ! Của cải trong kho giờ thái tử đã cho đi gần hết, chỉ còn có một phần ba mà thôi. Xin bệ hạ xét lại." Vua cũng đáp: "Đó là việc làm của thái tử, trẫm làm thế nào mà ngăn cấm được? Tuy vậy, trẫm cho phép các ngươi được tìm cách khéo léo để giữ lại, nhưng không ai được nói thẳng với thái tử."

Các quan giữ kho liền nghĩ cách. Khi thái tử Thiện Hữu muốn mở kho, họ bàn nhau lánh mặt đi nơi khác. Thái tử đi tìm nhưng không thể gặp được họ, vì họ đã cố ý lánh mặt. Ngài hiểu ra, liền nghĩ rằng: "Những kẻ thấp hèn ấy, làm sao lại dám trái ý ta? Có lẽ cha ta đã có lệnh cho họ rồi. Phận ta là con phải giữ chữ hiếu, nếu cha ta không muốn thì ta cũng không nên lấy hết tiền của mà bố thí cho dân nghèo. Nay nếu ta không tự làm ra được tiền của để giúp cho dân nghèo có cơm ăn áo mặc, thì đâu xứng đáng là hoàng tử con một vị vua danh tiếng nữa."

Thái tử liền đem việc ấy bàn với các vị quan văn võ trong triều. Có vị đại thần nhất phẩm tâu rằng: "Trong đời này, muốn được nhiều tiền của, tốt hơn hết là nên lo việc ruộng nương. Gieo một hạt giống mà thu được cả chục ngàn hạt lúa. Lợi biết bao!" Thái tử nhớ lại cảnh cày ruộng đã xem hôm trước, liền nói: "Cách này không được."

Một quan đại thần khác tâu: "Trong đời này, muốn được nhiều tiền của, tốt hơn hết là nên chăn nuôi súc vật. Từ một bầy có thể sinh sản ra rất nhanh, thành hàng chục, hàng trăm bầy, lợi vô cùng." Thái tử nhớ đến cảnh giết thịt thú vật, liền nói: "Vì muốn lợi mà làm hại sinh linh, cách này cũng không được."

Một ông quan khác tâu: "Trong đời này, muốn được nhiều tiền của, tốt hơn hết là đi tìm ngọc. May mà tìm được hạt ngọc như ý Ma-ni bảo châu thì đủ cứu vớt chúng sanh."

Thái tử phán: "Chỉ có phương pháp ấy là hợp ý ta."

Ngài liền vào cung tâu với vua cha rằng: "Tâu phụ vương, nay con muốn đi ra biển tìm châu ngọc. Xin cha cho con đi." Vua nghe qua sửng sốt, không nói được lời nào. Lát sau, ngài mới phán với thái tử rằng: "Giang san này là của con. Các đồ quý trong kho, con cứ lấy dùng bao nhiêu thì lấy. Sao con lại muốn ra biển cả làm chi? Con là hoàng tử, từ nhỏ đến lớn ở trong cung vua. Ngủ thì giường êm chăn ấm, ăn thì hải vị sơn hào. Bây giờ con muốn nhọc nhằn cực khổ trên đường lưu lạc, biết đâu sẽ phải chịu đói khát lạnh lùng! Vả lại, ngoài biển cả có biết bao nhiêu tai nạn rủi ro. Có khi bị yêu tinh hại mạng, hoặc gặp loài rắn biển dữ dằn, hay những loài cá lớn thường ăn thịt người. Lại còn bão tố phong ba chẳng thể lường trước được. Hiểm nguy nhiều như thế, nên trăm ngàn người đi chỉ có một hai người về. Vì sao con lại muốn đi ra biển cả? Cha không thể thuận cho con đi."

Thiện Hữu liền nằm xuống đất trước mặt cha mà nói rằng: "Nếu cha mẹ không thuận cho con đi ra biển cả, thì con thà chết nơi đây chứ không ngồi dậy."

Vua và hoàng hậu cùng đến dỗ dành, khuyên bảo thái tử, nhưng ngài nói: "Nếu không được đi ra biển cả để tìm ngọc như ý, tôi nguyện sẽ không ăn uống gì cả."

Vua và hoàng hậu đều lấy làm lo buồn, nhưng họ nghĩ không thể nào thuận theo ý thái tử. Rồi trọn cả ngày hôm ấy, thái tử quyết không ăn uống gì. Qua ngày sau cũng vậy. Rồi ba ngày, rồi đến sáu ngày cũng vậy. Vua và hoàng hậu lấy làm lo lắng, sợ thái tử không ngồi dậy được nữa. Đến ngày thứ bảy, vua và hoàng hậu đến hôn chân tay thái tử và vỗ về khuyên thái tử ngồi dậy ăn uống. Họ nói rằng: "Thân con sống được là nhờ ăn uống. Nếu con không ăn uống thì chết đi còn gì?"

Thái tử đáp: "Nếu cha mẹ không chịu nhận lời con, thà con chết nơi đây chứ không ngồi dậy."

Bấy giờ, hoàng hậu tâu với vua rằng: "Thái tử đã kiên quyết khẩn cầu, lẽ nào bệ hạ không thuận cho? Lẽ nào bệ hạ lại một mực ngăn cấm? Bệ hạ nỡ nào để con phải chết tại đây? Xin bệ hạ cho phép con đi ra biển cả, cho dù hiểm nguy vẫn còn mong có ngày sống sót trở về, còn hơn là để con nằm chết tại đây."

Vua nghe như vậy không biết làm cách nào khác, buộc phải nhận theo lời của thái tử. Thiện Hữu ngồi dậy, lấy làm hớn hở, đến thành kính hôn chân để tạ ơn cha mẹ đã cho phép mình ra đi.

Vua lại hỏi thái tử: "Con quyết ý ra biển cả để làm gì?" Thái tử đáp: "Con muốn đi tìm châu ngọc về để đủ bố thí cho chúng sanh."

Khi ấy, vua truyền lệnh trong khắp nước rằng: "Ai muốn ra biển cả hãy tìm đến hoàng cung. Người nào có thể đi và về được an toàn thì ban thưởng áo quần vật thực trong bảy đời và rất nhiều châu ngọc. Trẫm sẽ cho đóng thuyền lớn để các người cùng đi, vì thái tử Thiện Hữu muốn ra biển tìm châu ngọc quí báu."

Khi lệnh truyền ra, có năm trăm người tìm đến và tâu với vua rằng: "Chúng tôi tình nguyện đi theo thái tử."

Lúc ấy, trong nước Ba-la-nại có một người lái thuyền đã từng nhiều phen đi biển, thông thạo đường nước, biết rõ đường nào đi được và nơi nào hiểm nguy phải tránh. Nhưng người ấy đã già đến tám mươi tuổi và hai mắt đều mờ. Vua ngự giá đến nhà người ấy và nói rằng: "Này lão trượng, trẫm có một đứa con chưa từng ra khỏi cung điện, nay lại muốn đi ra biển cả. Trẫm đến để khẩn cầu lão trượng cùng đi với nó."

Người lái thuyền kinh ngạc than rằng: "Tâu thánh thượng, sự nguy nan khổ cực ở biển cả biết kể sao cho xiết! Người đi có đến hàng ngàn, hàng vạn mà người về chỉ có một hai thôi. Sao thánh thượng lại sai thái tử đi đến nơi nguy hiểm như vậy?"

Vua đáp: "Đó là ý muốn của thái tử. Trẫm vì thương con mà phải nhận theo lời yêu cầu của nó mà thôi." Người lái thuyền liền nói: "Nếu như thế thì tôi xin vâng theo lời thánh thượng."

Lúc ấy, Thiện Hữu lo sắp đặt cho năm trăm kẻ tuỳ tùng và đưa họ ra ngoài bờ biển. Người em là Ác Hữu mới nghĩ rằng: "Cha ta xưa nay thương yêu cưng chiều anh ta lắm. Bây giờ anh ấy sắp ra biển cả để tìm châu ngọc. May mà anh ấy đi về thành công thì cha ta có còn xem ta ra gì nữa đâu?" Nghĩ vậy nên chàng đến chỗ cha mẹ, nói rằng mình cũng muốn theo anh ra ngoài biển cả để tìm châu ngọc. Vua cha và hoàng hậu hỏi vì sao chàng định đi. Chàng đáp: "Con muốn đi theo anh con, lỡ khi gặp chuyện không may thì cũng có anh có em, tiếp đỡ nhau cho bớt khổ trong việc đi đường." Vua và hoàng hậu tin lời ấy, lấy làm mừng rỡ liền thuận cho Ác Hữu cùng đi.

Mọi người cùng đi ra bờ biển. Thiện Hữu truyền cho thuyền sắp sẵn chờ tại bến trong bảy ngày, dùng 7 sợi dây lớn mà buộc neo thuyền vào bờ. Mỗi ngày, cứ trời vừa hừng sáng, Thiện Hữu lại cho người rao lớn câu này: "Trong số các người theo ta, ai muốn đi thì im lặng, còn ai có bận bịu về gia đình thì cứ tự do ra về, chẳng nên vì ta mà ở lại. Vì sao ta bảo các người như vậy? Vì số người đi biển xưa nay có đến hàng ngàn hàng vạn, mà số người về chỉ có rất ít thôi."

Sau mỗi ngày truyền rao như vậy, khi thấy tất cả mọi người trong thuyền đều im lặng, không ai bước ra về thì cho chặt bớt một sợi dây neo. Đến ngày thứ bảy, ngài chặt sợi dây cuối cùng để thuyền ra khơi. Người ta căng buồm lên, cho thuyền lướt theo chiều gió.

Thuyền lướt đi nhiều ngày trên biển cả không gặp gì trở ngại. Khi đi tới một hòn núi châu báu ở giữa biển và vào đến chỗ có vô số báu vật, Thiện Hữu truyền lệnh cho mọi người rằng: "Này các bạn, nên biết rằng đường đi đến đây thật là xa xôi. Các bạn nên thu lượm châu ngọc cho nhanh." Neo thuyền lại trong bảy ngày, thái tử lại truyền lệnh rằng: "Những châu ngọc này rất quý. Khắp cõi nước ta, không chỗ nào có ngọc quí như thế này. Nhưng các bạn không nên lấy nhiều quá, vì e thuyền đắm thì không thể trở về. Cũng không nên lấy ít quá, vì đường xa xôi, e không đáng công."

Khi thuyền đã đầy châu ngọc, Thiện Hữu chia tay với những người tuỳ tùng mà nói rằng: "Bây giờ các bạn hãy cho thuyền trở về. Hãy hết sức thận trọng và dè dặt để về nhà được an toàn. Còn ta, ta muốn tiếp tục đi xa nữa để tìm hạt ngọc như ý Ma-ni bảo châu.

Sau khi chia tay với mọi người, Thiện Hữu cùng với người lái thuyền mù ra đi. Đi trọn một tuần lễ, nước lên tới gối. Hai người cứ đi. Qua tuần sau, nước lên tới cổ. Đi nữa trọn tuần, nước sâu phải bơi trên mặt nước. Khi vào đến bờ biển, thấy cát toàn là bạc trắng tinh. Người lái thuyền mù hỏi: "Nơi đây có gì lạ?" Thiện Hữu đáp: "Ở đây đất với cát thảy đều là bạc trắng." Người lái thuyền liền nói: "Còn chẳng bao xa sẽ đến một hòn núi bằng bạc, ngài có nhìn thấy chăng?" Thiện Hữu nói: "Về hướng đông bắc có thấy một hòn núi bằng bạc." Người lái thuyền nói: "Đường ta đi là vòng theo chân núi."

Khi đến hòn núi ấy, người lái thuyền nói: "Tiếp đến sẽ có một chỗ toàn là cát bằng vàng." Nói xong, người lái thuyền mệt lắm, ngất đi và nằm trên mặt đất. Giây lát tỉnh lại, nói với thái tử rằng: "Tôi biết không còn sống được bao lâu nữa, không thể cùng đi với ngài được rồi. Xin ngài cứ đi theo hướng đông. Trong một tuần lễ, ngài sẽ gặp một dãy núi bằng vàng. Đi qua dãy núi đó, trong một tuần lễ nữa thì đến một chỗ toàn là sen xanh. Đi thêm một tuần lễ, đến một chỗ toàn là hoa sen đỏ. Qua khỏi xứ đó rồi, kế gặp một cái thành làm bằng bảy món báu: ở ngoài vách thành bằng vàng, tháp bằng bạc và cửa bằng mã não, còn các chỗ khác trong thành cũng làm bằng mấy vật báu khác. Ấy là đền của Long Vương. Trong lỗ tai trái của Long vương có một hạt kim cương, là món bảo bối quí giá vô cùng. Có món bảo bối ấy thì muốn gì được nấy. Như ngài xin được hạt ngọc Như ý ấy thì muốn có bảo vật gì khác cũng được cả, và đồ ăn, thức uống, y phục, thuốc men... ngài muốn gì cũng được. Hết thảy những đồ cần dùng của nhân loại, ngài gọi một tiếng thì từ trên trời sẽ rơi xuống như mưa. Vì vậy mà người ta gọi đó là hạt ngọc như ý Ma-ni bảo châu. Nếu ngài xin được nó thì có thể tùy nguyện mà cứu vớt chúng sanh."

Dặn dò xong, người lái thuyền tắt hơi, hồn lìa khỏi xác. Thái tử ôm người lái thuyền trên tay, than khóc rằng: "Ôi! Sao đời người ta lại ngắn ngủi như thế? Ta rất thương tiếc vì mất đi một người bạn quý." Rồi ngài moi cát bằng vàng lên, chôn người lái thuyền xuống và lấp cát lại. Ngài đi vòng theo tay mặt chung quanh mộ đến bảy lần để tỏ lòng tôn kính. Kế ngài quỳ lạy rồi ra đi.

Ngài đi xa nữa, qua dãy núi bằng vàng. Đi khuất thì đến một chỗ mọc đầy hoa sen xanh. Dưới hoa sen, thấy nhiều loài rắn có ba thứ nọc: cắn chảy nọc, lại gần cũng bị nọc, và hơi thở cũng có nọc. Loài rắn ấy nằm quấn theo cộng sen, lấy mắt mà ngó Thiện Hữu và thở khè khè. Nhưng thái tử không hề ghê sợ mà lấy lòng từ bi thương xót chúng, trong lòng ngài chỉ toàn điều lành, nhờ đó mà ngài đi trên hoa sen rất tự nhiên. Rắn không làm hại đến ngài. Và cũng nhờ tâm thiện nên ngài có thể đi thẳng đến cung điện của Long vương. Ngoài bốn cửa thành, có bảy dãy hầm hố. Muốn vào trong phải đi ngang qua đó. Mà hố thì đầy những con mãng xà (rắn lớn) quấn chặt với nhau, cùng tréo đầu lại mà giữ cửa thành. Thiện Hữu tới trước cửa thành. Thấy rắn, ngài định tâm nhớ đến những người dân nghèo, nghĩ thầm rằng: "Nếu hôm nay chẳng may thân ta vào miệng rắn, thì hàng triệu dân nghèo sẽ mất đi một điều phúc rất lớn lao vậy." Nghĩ vậy rồi, ngài đưa bàn tay phải lên mà nói với đám mãng xà rằng: "Các ngươi nên biết rằng, vì muốn cứu vớt chúng sanh nên hôm nay ta mới đến ra mắt Long vương." Mãng xà liền tự nhiên tránh sang một bên. Thiện Hữu thong thả đi qua.

Qua khỏi bảy dãy hầm hố và mãng xà, ngài đến dưới

thành ngay trước cửa đền. Thấy hai mỹ nhân đang dệt tơ bằng chất kim, ngài hỏi rằng: "Hai cô là ai?" Mỹ nhân đáp: "Chúng tôi là thể nữ ở cửa ngoài của Long vương." Hỏi rồi, thái tử đi tiếp vào trong và đến cửa trung ương. Ngài thấy 4 mỹ nhân đang kéo tơ bằng bạc, lại hỏi rằng: "Các cô có phải là vợ của Long vương chăng?" Mỹ nhân đáp: "Không, chúng tôi là thể nữ, giữ cửa trung ương của Long vương." Lại thấy 8 mỹ nhân đang kéo tơ bằng vàng, ngài hỏi: "Các cô là ai?" Mỹ nhân đáp: "Chúng tôi là thể nữ coi giữ cửa trong của Long vương." Ngài liền nói: "Xin các cô vào tâu với Long vương rằng tôi là thái tử Thiện Hữu, con vua nước Ba-la-nại xin vào bệ kiến."

Thể nữ vào tâu. Long vương nghe qua lấy làm lạ vì làm sao người dương thế lại đến thành mình được. Vua nghĩ rằng: "Nếu không phải là người trong sạch, hiền lành và có đức lớn thì làm sao có thể đến đây mà giữ toàn được tánh mạng?" Long vương liền cho mời thái tử vào và đích thân bước ra chào hỏi rất ân cần.

Trong cung của Long vương, từ mặt đất cho đến giường nệm, rèm trướng đều là đồ thất bảo lấp lánh sáng ngời. Vua mời thái tử ngồi, rồi hai bên cùng thăm hỏi nhau. Thái tử nhân khi ấy đem đạo lý từ bi mà nói với Long vương, giải thích việc mình xa xôi lặn lội đến đây chỉ vì thương xót sinh linh đồ thán, cơ cực.

Long vương nghe qua lấy làm cảm phục, liền hỏi: "Ngài vượt bao khổ nhọc, không ngại đường xa mà đến đây vì chúng sanh, ấy là ngài muốn xin tôi món gì chăng?" Thiện Hữu đáp: "Thưa ngài, khắp trong nước tôi, chúng sanh chịu rất nhiều khổ sở vì thiếu thốn thức ăn, y phục và các sự cần dùng. Nay tôi đến đây là muốn xin hạt kim cương nơi lỗ tai trái của ngài, để giúp cho tất cả mọi người có đủ các thứ cần dùng."

Long vương nói: "Điều ấy có thể được. Nhưng chẳng mấy khi ngài đến đây, trẫm muốn ngài lưu lại chơi trong một tuần lễ, rồi trẫm sẽ tặng bảo vật ấy cho." Thiện Hữu nhận lời. Qua tuần sau, nhận được ngọc kim cương Ma-ni, ngài liền từ tạ về nước. Lúc ấy, Long vương sai nhiều tướng rồng bay theo, đưa thái tử trở lại bờ biển nơi lúc trước ngài đã chia tay với đoàn tùy tùng.

Đến đây, ngài gặp người em là Ác Hữu, liền ngạc nhiên hỏi rằng: "Mọi người trên thuyền đâu cả rồi?"

Ác Hữu đáp: "Anh ơi, thuyền đã chìm mất rồi. Mọi người đều chết, duy có một mình em còn sống sót nhờ đeo lấy một cái thây trôi. Nhưng vàng bạc châu báu đều mất hết rồi."

Thái tử nói: "Em đừng lo, con người chỉ có mạng sống là quý nhất mà thôi. Nay em còn sống là được rồi.".

Ác Hữu than rằng: "Con người ta, thà chết trong giàu sang sung sướng còn hơn là sống mà phải chịu cảnh nghèo nàn."

Thiện Hữu trong lòng thật thà ngay thẳng, liền đem việc mình kể hết cho em nghe, nói rằng: "Em chẳng may mất cả châu báu, nhưng điều đó không hề gì, bởi anh đã xin được hạt kim cương Ma-ni của Long vương. Bảo bối này có thể giúp cho ta muốn gì được nấy." Ác Hữu liền hỏi: "Bây giờ anh để ngọc ấy ở đâu?" Thiện Hữu đáp: "Trong búi tóc trên đầu anh."

Ác Hữu nghe nói động lòng tham, trong lòng lại thấy giận tức và buồn bực, nghĩ rằng: "Cha ta thường ngày vẫn hết lòng yêu thương hắn, bây giờ hắn lại có được hạt kim cương Ma-ni, như vậy thì từ nay về sau cha ta có còn xem ta ra gì nữa đâu!" Nghĩ như vậy, Ác Hữu mới nói với Thiện Hữu rằng: "Anh được bảo bối ấy thì quý giá biết bao! Trong khi đi đường nguy hiểm, chúng ta phải hết sức giữ gìn cẩn thận mới được." Thái tử khen lời em là phải, liền lấy hạt kim cương trong búi tóc ra trao cho em và dặn rằng: "Em phải giữ kỹ, khi nào mệt mỏi muốn ngủ hãy giao lại cho anh. Anh cũng sẽ giữ nó cẩn thận cho đến khi nào mệt mỏi muốn ngủ lại giao cho em. Hai anh em ta luân phiên mà giữ mới chắc chắn. Bây giờ là phiên của em, hãy giữ lấy."

Ác Hữu chờ cho anh ngủ, bèn đi tìm hai cái gai tre khô rất lớn, mang lại đâm vào mắt anh rồi mang hạt kim cương chạy đi. Thiện Hữu đau quá tỉnh lại, gọi em rằng: "Này em ơi, bọn cướp đã đâm anh mù mắt và giựt lấy hạt kim cương đi rồi!" Không nghe Ác Hữu trả lời, thái tử lại than rằng: "Chắc em ta đã bị bọn cướp này giết mất rồi." Rồi thái tử cất tiếng gọi em rất thảm thiết, cảm động cả đất trời, nhưng quanh đó nào có ai đâu để đáp lời ngài. Mãi một hồi lâu, có một vị thần trên cây mới gọi ngài mà nói rằng: "Này thái tử, kẻ cướp hung ác chính là Ác Hữu, em của ngài đó. Nó đã đâm mù mắt ngài rồi lấy hạt kim cương mà đi. Bây giờ ngài còn gọi nó mà làm gì?"

Nghe qua lời ấy, Thiện Hữu lấy làm buồn, nhưng đành phải dằn lòng mà chịu. Ngài nằm xuống, đôi mắt hết sức đau nhức, xốn xang.

Còn Ác Hữu mang hạt kim cương về đến nước nhà, vào ra mắt vua cha với hoàng hậu và tâu rằng: "Con nay về được đến đây là nhờ phước đức của con rất dày. Còn anh Thiện Hữu với các bạn tàu bởi kém đức nên thảy đều chết chìm ngoài biển cả." Vua và hoàng hậu nghe qua, than khóc rất thảm sầu, rồi ngã xuống bất tỉnh. Những người hầu phải chăm sóc hồi lâu mới tỉnh lại. Hai người bảo Ác Hữu rằng: "Nay anh con đã chết, con còn trở về đây làm chi nữa?" Ác Hữu nghe lời ấy rất buồn và sợ, không dám đưa hạt kim cương ra, mới mang đi chôn giấu dưới đất.

Trong lúc ấy, Thiện Hữu bị mù hai mắt, lại không sao lấy hai cái gai tre khô ra được, nên đau nhức vô cùng. Ngài gắng gượng dò từng bước đường, đi từ chỗ này đến chỗ kia mà thật cũng không biết được là đang đi đến đâu. Ngài chịu khổ cực cam go và chịu đói khát hằng ngày, thật là sống dở chết dở.

Ngài đi lần hồi như vậy, một hôm đến nước Lý Chân Bang. Vua nước này có một vị công chúa, lúc trước đã hứa gả cho thái tử nước Ba-la-nại, chính là ngài. Người chăn bò của vua coi giữ đến năm trăm con bò. Hôm ấy dắt bò đi ăn, gặp lúc Thiện Hữu đang ngồi nghỉ chân bên lề đường. Bầy bò đi ngang qua đụng phải ngài té xuống và muốn đạp ngang mà đi. Nhưng con bò đầu đàn khi ấy liền đứng che lên trên mình thái tử, chờ cho cả bầy đi qua rồi mới bước sang một bên, cung kính đi một vòng quanh ngài theo tay mặt, rồi quay đầu lại và thè lưỡi liếm vào hai con mắt cho thái tử, lấy hai cái gai tre ra. Lúc đó, người chăn bò quay lại tìm con bò đầu đàn, nhìn thấy thái tử mới đến hỏi xem là ai. Thiện Hữu khi ấy tự nghĩ rằng: "Bây giờ ta không nên đem chuyện mình mà thuật lại, vì nói rõ những sự thật đã xảy ra thì có hại cho em ta."

Nghĩ vậy rồi, ngài đáp: "Tôi chỉ là kẻ mù lòa đi xin ăn." Người chăn bò xem kỹ hình thể của ngài, thấy không giống người thường, liền nói: "Nhà tôi cũng gần đây, mời ông về đó để tôi chăm sóc cho." Rồi người chăn bò đưa Thiện Hữu về nhà. Ông sai dọn cơm nước thết đãi và dặn tất cả mọi người trong nhà đều phải hết lòng cung kính phục vụ. Được hơn một tháng, những người trong nhà đều chán ngán. Một đêm kia, họ nói với nhau rằng: "Nhà ta tiền của không được dư giả mà nay phải nuôi mãi người mù này, thật khổ thay!"

Lời ấy lọt vào tai Thiện Hữu. Ngài buồn ý. Chờ cho hết đêm, đến sáng ngài nói với chủ nhà rằng: "Hôm nay tôi muốn đi." Chủ nhà hỏi: "Có việc chi làm ông không vui hay sao mà lại vội đi như thế?" Thiện Hữu đáp: "Tôi chỉ là khách đến trú tạm nhà này, không thể ở quá lâu được." Rồi ngài nói tiếp: "Nếu ông có lòng thương giúp, xin tìm cho tôi một cây đàn và đưa tôi đến chỗ đông người nơi thành thị." Chủ nhà y theo lời, mang đến một cây đàn và đưa ngài vào kinh thành của nước Lý Chân Bang, đến một chỗ chợ có đông người. Tìm chỗ cho ngài ngồi, xong rồi người ấy mới trở về.

Thiện Hữu vốn có tài gẩy đàn. Tiếng đàn thâm trầm, êm dịu, làm cho công chúng rất vừa lòng. Người ta mang đồ ăn thức uống đến cho rất nhiều, đến nỗi ngài dùng để phân phát đủ cho tất cả năm trăm người ăn xin trong thành. Nhờ vậy mà trong thành không còn ai đói khát nữa.

Nhà vua có một cảnh vườn cây trái sai oằn, nhưng cứ bị quạ và chim nhỏ đến ăn phá mãi. Người giữ vườn nói với Thiện Hữu rằng: "Này! Nếu chú có thể giúp tôi đuổi quạ và chim nhỏ để giữ vườn thì tôi sẽ nhận chăm sóc cho chú." Thiện Hữu đáp: "Tôi là kẻ mù lòa, làm sao có thể đuổi chim được?" Người giữ vườn nói: "Tôi có một cách. Tôi cột dây trên ngọn cây, rồi gắn lục lạc bằng đồng vào dây. Chú ngồi dưới gốc cây, khi nghe tiếng quạ và tiếng chim thì giật dây, chim sẽ sợ mà bay đi." Thiện Hữu đáp: "Như vậy thì có thể được."

Người giữ vườn theo cách ấy, chọn một chỗ dưới gốc cây cho ngài ngồi canh giữ chim. Thiện Hữu giữ gìn cây trái không cho quạ và chim chóc ăn phá. Nhân khi không có chim đến mới lấy đàn ra gẩy để giải khuây.

Một hôm, công chúa vào vườn hoa ngoạn cảnh, có thị nữ theo hầu. Xa trông thấy một người mù trong vườn, nàng liền gọi người hầu hỏi xem đó là ai. Người hầu nói đó là kẻ mù đi ăn xin. Công chúa đến nhìn kỹ, bỗng đem lòng yêu, lân la ở đó mãi không chịu về. Vua nghe tin liền cho người ra triệu vào. Công chúa không nghe, lại bảo mang thức ăn đến, rồi cùng với người mù ăn uống.

Vua thân hành đến gọi về, nhưng công chúa lại nói rằng: "Tâu phụ vương, nếu phụ vương thuận gả con cho người mù này thì con sẽ lấy làm vui sướng biết bao nhiêu!" Vua nghe qua kinh ngạc, hỏi rằng: "Con ơi, hay là con bị yêu tinh cám dỗ, làm cho tâm trí điên loạn mất rồi? Sao con lại muốn kết hôn với một người mù như thế này? Con không biết là cha mẹ đã hứa gả con cho thái tử Thiện Hữu con vua nước Ba-la-nại hay sao? Bây giờ thái tử ra biển cả tìm châu ngọc chưa về, sao con lại muốn thành thân với người mù này?" Công chúa đáp: "Con không biết vì sao, nhưng nay con đã gặp người này thì dù chết con nguyện cũng không lìa xa chàng." Vua nghe lời ấy liền nổi trận lôi đình, thét quân bắt người mù ấy giam vào ngục tối.

Công chúa lại tìm vào ngục, nói với Thiện Hữu rằng: "Xin anh biết rằng nay em muốn cùng anh kết làm chồng vợ." Thiện Hữu hỏi: "Cô là con nhà ai mà muốn làm vợ tôi?" Công chúa đáp: "Em là công chúa con vua nước này." Thiện Hữu nói: "Cô là công chúa con vua, còn tôi là kẻ mù lòa đi ăn xin. Làm sao cô lại có thể theo hầu hạ tôi cho được?" Công chúa nói: "Em nguyện sẽ hết lòng tôn kính anh và không dám làm điều gì trái ý anh."

Rồi công chúa vào cung nài nỉ xin với vua cha. Nhà vua tức giận nói: "Nếu con quyết lòng lấy người ấy làm chồng, ta cũng không ngăn cản, nhưng con không còn được ở trong cung điện này nữa." Rồi vua truyền quân lính đưa hai người ra ở một ngôi nhà nhỏ hẻo lánh bên ngoài thành.

Cùng nhau ăn ở đến hơn 3 tháng. Một hôm, công chúa có việc phải đi vắng nhưng quên không báo cho chồng biết. Lát sau, khi công chúa về tới, Thiện Hữu trách rằng: "Em đi vắng mà không cho anh hay. Vậy em có việc gì giấu anh đó chăng?" Công chúa đáp: "Em không có gì phải giấu giếm anh cả." Trong lúc hờn giận, Thiện Hữu bực tức nói: "Thân anh mù lòa không nhìn thấy, dù em có giấu giếm hay không làm sao anh biết được?"

Công chúa buồn tủi khóc lóc, lệ tuôn tràn trề. Trong lòng uất ức mới thề thốt rằng: "Nếu em có làm điều chi gian dối, nguyện cho hai con mắt anh đui mù mãi mãi, còn nếu như lòng em ngay thật, xin cho mắt anh mở sáng được một con như trước." Vừa dứt lời thề, một mí mắt của người chồng liền rung động. Bỗng chốc mở ra, nhìn thấy được như xưa. Thái tử khi ấy mới nhìn thấy được vợ mình. Công chúa mừng quá, liền nói: "Anh thấy không, lời thề đã ứng nghiệm, vậy anh đã tin em chưa?"

Thấy chồng cười, công chúa lại nói tiếp: "Anh thật không biết là em đối với anh hiền thục và tiết hạnh đến mức nào. Em là công chúa con vua một nước lớn, còn anh chỉ là người thường dân mù lòa, song em vẫn hết lòng tôn kính anh, thế mà anh lại không tin em!"

Thiện Hữu khi ấy liền cười mà hỏi lại: "Thế em có biết anh là ai chăng?" Công chúa đáp: "Sao lại không biết, anh là người đi ăn xin ở thành này." Thiện Hữu nói: "Không, anh chính là thái tử Thiện Hữu, con vua nước Ba-la-nại."

Công chúa nhìn chàng sửng sốt, nói rằng: "Anh thật là người lãng tâm mất trí, sao dám nói lời phạm thượng như vậy? Thái tử Thiện Hữu con vua nước Ba-la-nại đã đi ra biển cả chưa về, sao anh dám tự xưng là ngài? Rõ ràng là một điều dối trá."

Thiện Hữu ôn tồn đáp: "Từ khi cha mẹ sinh ra đến nay, anh chưa hề nói dối." Công chúa nói: "Dù anh nói dối hay nói thật, làm sao em biết được?"

Thiện Hữu ngước mặt lên trời nói: "Nếu anh nói dối thì nguyện cho đôi mắt phải chịu mù lòa mãi mãi, bằng như anh nói thật thì nguyện cho con mắt còn lại cũng sáng như xưa để làm chứng cho anh vậy!" Lời nguyện vừa dứt, con mắt còn lại cũng rung động và rồi mở ra, nhìn thấy rõ ràng như xưa.

Thái tử bây giờ hai mắt sáng rõ, gương mặt trở lại khôi ngô tuấn tú khác thường. Vẻ đẹp của thái tử lúc này quả là trên đời không ai sánh kịp.

Công chúa thấy vậy vui mừng khấp khởi, dường như vừa

được thần tiên ban phước. Nàng nhìn kỹ khắp cả toàn thân thái tử, nhất là đôi mắt sáng đẹp khiến cho nàng xem hoài không thỏa. Rồi công chúa liền vào cung và tâu lên vua cha rằng: "Chồng con chính là thái tử Thiện Hữu, con vua nước Ba-la-nại."

Vua nghe qua liền nói: "Con hẳn đã điên loạn mất rồi. Thái tử Thiện Hữu đi ra biển cả vẫn chưa về, sao con dám nhận kẻ ăn xin là thái tử?" Công chúa đáp: "Không phải như vậy đâu. Nếu phụ vương không tin, xin cứ tự đi mà xem có phải hay chăng!"

Vua liền đi xem, nhìn thấy đúng là thái tử Thiện Hữu. Vua lo lắng, tự nghĩ rằng: "Nếu vua xứ Ba-la-nại hay biết được việc này, ngài sẽ rất buồn về sự cư xử của ta xưa nay với thái tử." Vua liền xin lỗi thái tử về việc từ trước đến nay không nhìn biết được ngài. Thái tử nói: "Xin bệ hạ đừng lo ngại. Chỉ xin bệ hạ một điều là hãy thưởng công cho người chăn bò của bệ hạ." Vua liền đem vàng bạc, châu báu, y phục vải vóc với đồ ăn thức uống mà thưởng người chăn bò. Người ấy rất vui mừng, cảm tạ và nói rằng: "Tôi chỉ có chút ơn mọn với thái tử mà nay được thưởng nhiều của cải quí giá, thật là quá đáng vậy." Rồi ông đi nói với hết thảy mọi người rằng: "Với việc làm thiện nhỏ nhặt mà kết quả đã như thế này, đến như những việc đại từ bi thì sự ban thưởng tất là vô cùng vô tận." Mọi người nghe ông nói đều lấy làm vui, ai ai cũng phát tâm ăn ở hiền lành và giúp đỡ người khác.

Ngày trước, khi còn ở trong cung vua, thái tử Thiện Hữu có nuôi một con hạc trắng. Ngài thương yêu nó lắm, khi ăn khi ngủ hay đi đứng nằm ngồi, lúc nào cũng có con hạc trắng ấy ở gần bên ngài. Một hôm, hoàng hậu bên nước Ba-la-nại nhớ con quá, đến bên lồng con hạc trắng và nói rằng: "Ngày con ta còn ở đây thì ngươi thường gần gũi với nó. Bây giờ con ta đi ra biển cả lâu năm chưa trở về. Ta những ngóng trông, không rõ nó sống chết thế nào, không biết ngươi có thương nhớ thái tử hay không?" Nghe qua những lời ấy, con hạc trắng liền bật khóc, đáp rằng: "Tâu lệnh bà, nay nếu lệnh bà muốn sai con đi tìm thái tử thì con rất vui lòng vâng lệnh." Hoàng hậu liền viết một phong thư rồi đeo vào cổ con hạc, thả nó ra khỏi lồng để đi tìm thái tử.

Lúc trước, hạc đã có hỏi thái tử biển cả ở nơi nào. Nay nó còn nhớ, bèn lướt trên không bay nhanh về hướng biển. Chim bay đi rồi, hoàng hậu có ý mừng, thầm nghĩ rằng: "Mong là con hạc sẽ có thể dò tìm mà biết được con ta còn sống hay đã chết."

Hạc trắng bay ra ngoài biển cả, bay ngang qua biển và tìm kiếm khắp nơi, nhưng không thấy được gì cả. Hạc bay dần tới trước cung vua nước Lý Chân Bang, từ xa trông thấy thái tử đứng trước đền vua. Hạc bèn hạ thấp và đáp xuống gần thái tử. Nó mừng quá liền kêu lên những tiếng rất cảm động. Thái tử nhìn thấy lá thư của mẹ nơi cổ hạc. Ngài nhận lấy, cung kính đặt trên đầu mà làm lễ rồi mới mở ra đọc. Đọc thư xong ngài mới biết rằng cha mẹ vì ngày đêm lo rầu và luống trông mong con nên cặp mắt đã mù rồi. Ngài liền viết một bức thư gửi về cho cha mẹ, thuật lại hết mọi việc. Rồi ngài đeo thư vào nơi cổ con hạc. Hạc trắng lấy làm vui mừng, bay thẳng về thành Ba-la-nại.

Vua và hoàng hậu được thư của thái tử thì vui mừng khôn xiết, liền phát tâm bố thí rất nhiều. Ông bà khi ấy mới biết rằng Thiện Hữu bị nạn khổ vì em là Ác Hữu đã cướp lấy hạt kim cương và còn lấy gai tre mà đâm mù mắt. Hai người liền sai quân bắt Ác Hữu giam ngay vào trong ngục. Tiếp đó liền sai sứ sang nước Lý Chân Bang xin đón thái tử về. Vua nước này liền lập tức cho một đoàn thuyền lớn hộ tống đưa ngay thái tử theo đường biển về nước Ba-la-nại.

Vua lại cho người đi trước truyền rao trong dân chúng rằng: "Thái tử Thiện Hữu đi ra biển cả nay đã trở về." Vua nước Ba-la-nại sai bày yến tiệc, sắp đặt những người đàn ca, hát xướng giúp vui và dọn dẹp đường sá, treo đèn kết hoa suốt dọc đường, lại có trống kèn inh ỏi. Vua và hoàng hậu thân hành cưỡi voi ra tận ngoài bờ biển đón thái tử. Dân chúng trong nước, từ già đến trẻ hay tin thái tử trở về bình an đều lấy làm mừng rỡ, kéo nhau đi đón rước đứng chật cả hai bên đường.

Thiện Hữu gặp lại cha mẹ, vui mừng khôn xiết, liền quỳ xuống lạy trước mặt hai người. Ông bà vì mắt đã mù nên không thể nhìn thấy con, bèn lấy tay sờ đầu và hỏi rằng: "Con có được khỏe không? Cha mẹ nhớ con và buồn khổ biết bao!" Thái tử cũng thăm hỏi sức khỏe cha mẹ và ngỏ lời cảm ơn hết thảy các vị quan quân, dân chúng đã đến chào đón ngài.

Về cung rồi, Thiện Hữu mới hỏi vua cha rằng: "Bây giờ em con ở đâu?" Vua đáp: "Con còn hỏi đến thằng hung ác ấy làm gì? Nó đã bị nhốt trong ngục rồi." Thiện Hữu nói: "Con muốn phụ vương tha em con ra để con được thăm em." Thái tử khẩn khoản cầu xin đến ba lần, vua không nỡ từ chối, mới truyền thả Ác Hữu ra. Chàng đến trước anh, tay chân bị trói, cổ bị xiềng.

Thiện Hữu thấy em như thế thì nói với cha và mẹ xin mở xiềng ra cho em. Rồi Thiện Hữu chạy lại ôm lấy em, kể hết những việc đã xảy ra cho mình. Rồi ngài hỏi đến hạt kim cương. Phải hỏi đến ba lần Ác Hữu mới chịu chỉ ra nơi chôn giấu.

Thái tử tìm được hạt kim cương rồi, liền đến gần cha mẹ, quỳ xuống đốt hương trầm lên và nguyện rằng: "Nếu quả đây là ngọc như ý có thể giúp ta muốn gì được nấy, thì ta cầu xin cho đôi mắt của cha mẹ ta sáng lại như xưa!" Nguyện vừa dứt lời, vua và hoàng hậu đã mở mắt ra được và nhìn thấy con. Cả nhà ôm nhau vui mừng khôn xiết.

Kế đến ngày rằm sau đó, Thiện Hữu cho lập một đàn tràng thật lớn. Rồi ngài tắm rửa sạch sẽ, cho đốt hương trầm và bước lên đài, làm lễ trước hạt kim cương Ma-ni, phát nguyện rằng: "Vì sự hạnh phúc của chúng sanh khắp cõi Ta-bà, nên ta mới chịu khổ cực đi tìm hạt kim cương này. Nay có lời khẩn nguyện lợi lạc cho hết thảy chúng sanh!" Liền đó, một luồng thanh khí bỗng tràn tới, đuổi hết mây và sa mù. Bầu trời quang đãng trong ngần. Vừa lúc ấy, ở khắp nơi trong nước, bao nhiêu những đồ dơ bẩn đều bị gió cuốn đi mất hết. Rồi khắp nơi đều thấy lúa thóc đổ xuống như mưa, toàn những loại hạt rất thơm, rất ngọt, rất mềm, rất mịn. Lúa đổ đầy mương, đầy đường, ngập lên đến gối. Rồi đến các loại y phục tốt, vải vóc, đồ trang điểm, vàng bạc, các đồ quý báu cũng từ trên trời rơi xuống nhiều vô kể. Nói chung, hết thảy mọi thứ mà con người cần dùng đều tự nhiên có được rất nhiều. Thật là, Bồ Tát thương xót khắp chúng sanh, lấy lòng từ bi mà ban bố khắp nơi giúp họ được thoả lòng.

Câu chuyện trên là một chuyện tiền thân của đức Phật Thích-ca Mâu-ni. Sau khi kể cho đại chúng nghe xong chuyện này, Phật dạy ngài A-nan rằng: "Vua xứ Ba-la-nại thuở ấy, nay là vua Tịnh Phạn cha ta. Hoàng hậu thuở ấy nay là mẹ ta, bà Ma-da phu nhân. Hoàng tử Ác Hữu nay chính là Đề-bà-đạt-đa (*Devadatta*). Còn thái tử Thiện Hữu nay chính là ta đây."

HAI VUA HIỀN ĐỨC

Thuở ấy, đức Phật đang ở trong vườn Kỳ Thọ Cấp Cô Độc, gần thành Xá-vệ (*Śrāvāsti*).

Một hôm, vua nước Câu-tát-la (*Kosala*) vừa phê duyệt xong một vụ án khó xử, ngài ngự dùng cơm sáng. Ăn xong, rửa tay vẫn còn ướt, ngài ngồi lên long xa, đi đến nơi Phật ngự, cúi đầu làm lễ dưới chân Phật, rồi ngồi một bên Phật. Đức Thế Tôn liền hỏi rằng: "Hôm nay, vì sao bệ hạ có thể rảnh rỗi mà đến đây lúc ban ngày?"

Vua thưa rằng: "Bạch Thế Tôn, hôm nay con vừa phê xong một vụ án khó xử, đã phải mất rất nhiều thì giờ. Vì thế, ăn cơm xong, rửa tay vẫn còn ướt, con đến đây thăm viếng Thế Tôn."

Phật phán: "Lành thay! Đại vương nên theo đạo đức mà phê xử các vụ án. Ấy là con đường tốt đẹp dẫn lên thiên giới vậy. Song ta không lấy làm lạ mà thấy đại vương phán xử theo đạo lý, là vì có ta đây, có thể giúp cho đại vương những ý kiến đúng đắn, đúng theo đạo lý. Điều ta lấy làm lạ là có những vị vua xưa kia, dù không gặp Phật ra đời, không được nghe lời Phật dạy, chỉ nghe theo ý kiến của các vị hiền triết thôi mà cũng có thể phán xử các vụ án theo đạo đức, trị nước theo đạo lý, và khi chết cũng được sinh về thiên giới."

Nghe Phật nói vậy, vua Câu-tát-la liền thưa hỏi về sự tích các vị vua hiền đức ngày xưa. Nhân đó, đức Phật mới thuật lại sự hiền đức của hai vị vua như sau đây:

Thuở xưa, vào thời vua Phạm-ma-đa-ta (*Brahmadatta*) trị vì ở Ba-la-nại (*Bénarès*), có vị Bồ Tát giáng sanh vào lòng của chánh hậu. Ngài được ban phép lành khi còn ở trong thai và ngài ra khỏi lòng mẹ một cách yên ổn. Đến khi đặt tên cho ngài, người ta gọi là *Phạm-ma-ña-ta Câu-ma-la (Brahmadatta Kumāra)*. Ngài lớn lên dần dần. Khi được mười sáu tuổi, ngài đi đến thành *Ñắc-soa-chi-la (Takasacilā)* và học qua hết các môn học.

Khi vua cha băng hà, ngài lên ngôi và trị vì theo đạo đức. Ngài phê xử, phán xét các vụ án một cách cần mẫn. Vì ngài trị vì theo đạo lý, các cuộc xét xử đều thuận theo đạo lý, nên không có những vụ cáo gian. Và những vụ kiện tụng ngày càng thưa thớt lắm. Nơi triều vua chẳng còn nghe tiếng la lối của những kẻ tranh tụng. Các quan tòa ngồi cả ngày nơi công đường mà chẳng thấy ai đến thưa bẩm gì, nên dần dần cũng thôi không đến công đường nữa. Phòng xử án trong toà án bỏ trống không dùng đến.

Khi ấy, nhà vua tự nghĩ rằng: "Nhờ ta trị nước theo đạo lý nên không còn ai đến tranh tụng, không còn nghe lời thưa kiện của ai, toà án được bỏ trống. Bây giờ ta nên tự tìm lấy những tánh xấu của ta. Nếu thấy được ta có tính xấu nào, ta sẽ tự xử lấy để cải hối và giữ lòng theo đức hạnh.

Nghĩ như vậy rồi, ngài bèn hỏi những kẻ chung quanh: "Có ai biết được những tánh xấu của ta chăng?" Trước hết, ngài hỏi những kẻ trong cung, nhưng không ai nói ra được tánh xấu nào của ngài. Ai cũng thốt ra những lời ca ngợi công đức ngài. Nhà vua tự nghĩ rằng: "Vì họ sợ ta, nên dù ta có tánh xấu họ cũng chỉ nhận là tánh tốt mà thôi." Ngài bèn hỏi những người ở ngoài cung, nhưng cũng không thấy ai nói được. Đoạn ngài hỏi những người trong thành phố, rồi đến những người ở các châu quận và những người ở trong làng ngoài bốn cửa thành. Song cũng không nghe ai kể ra được tánh xấu nào của ngài, chỉ nghe nói toàn công hạnh của ngài mà thôi.

Khi ấy, vua nghĩ rằng: "Như vậy, ta nên đi hỏi ở tận những

nơi quê mùa, xa thành thị." Ngài bèn tạm giao mọi việc cho các quan, ngồi lên một cỗ xe và chỉ đem theo một người đánh xe thôi. Ngài thay đổi y phục thường dân, để cho không ai nhận biết, rồi ra khỏi thành.

Ngài đi hỏi khắp những kẻ ở nhà quê, đi dần cho đến các vùng xa tận biên giới, song ở đâu cũng không nghe người ta nói đến chỗ xấu của ngài, họ chỉ nói toàn những việc tốt, những công đức của ngài. Thế rồi, từ biên giới ngài mới theo con đường lớn mà trở về kinh đô.

Lúc bây giờ, ở nước Câu-tát-la (*Kosala*), có vua Ma-ly-ca (*Malica*) cũng trị vì theo đạo lý. Ông vua này cũng cố tìm ra những tánh xấu của mình. Nhưng từ trong thành, ngoài quận cho đến tận vùng quê, không một ai chỉ ra được tánh xấu nào của ngài, ai cũng kể ra những công đức của ngài. Ngài đi dần đến một chỗ kia thì tình cờ xe của hai vua ngược chiều gặp nhau ở một quãng đường hẹp bên dưới thung lũng. Đường hẹp đến nỗi không đủ chỗ để hai xe cùng qua. Người đánh xe của vua Ma-ly-ca bảo người đánh xe của vua ở Ba-la-nại rằng: "Anh hãy đưa xe ra bên lề đường để xe ta đi qua."

Người kia đáp lại: "Anh phải tránh xe ra bên lề đường mới phải, vì trong xe này của tôi có đức vua thành Ba-la-nại, ngài Phạm-ma-đa-ta."

Người đánh xe của vua Ma-ly-ca nói: "Nhưng trong xe của tôi là đức vua ở nước Câu-tát-la, ngài Ma-ly-ca. Vì thế, anh nên lui xe và nhường đường cho ta."

Người đánh xe của vua Ba-la-nại suy nghĩ rằng: "Ở bên xe kia cũng là một ông vua. Ta biết phải làm sao đây? Hay ta hỏi tuổi của ngài, ai nhỏ tuổi hơn thì nhường người lớn." Nghĩ vậy rồi, liền hỏi người đánh xe của vua nước Câu-tát-la. Nhưng hóa ra hai ông vua lại cùng một tuổi như nhau. Hai bên lại so qua về sự rộng rãi của đất nước, số binh sĩ, sự giàu có, danh tiếng, chủng tộc và gia quyến. Nhưng cả hai vua đều trị vì một nước rộng ba trăm do-tuần, với số binh sĩ, sự giàu có, danh tiếng, chủng tộc và gia quyến đều giống như nhau.

Người đánh xe của vua Ba-la-nại lại suy nghĩ rằng: "Bây giờ, nếu ông vua bên kia có đức hạnh hơn thì ta sẽ nhường chỗ ngay." Liền hỏi về đức hạnh. Người đánh xe kia đáp: "Vua của tôi đức hạnh như thế này. Người lấy những tật xấu mà cho là tánh tốt." Rồi ngâm lên mấy câu thơ này:

Với người mạnh mẽ, hùng cường.
Vua tôi càng mạnh chẳng nhường sức ai;
Với người nho nhã, văn tài,
Vua tôi cũng biết xử bài ái êm.
Gặp người ôn hậu, thanh liêm,
Thì người tỏ dạ một niềm trọng tăng;
Gặp người hung ác lăng nhăng,
Thì người trừng trị thẳng băng mới vừa.
Vua tôi như thế hiểu chưa?
Vậy anh hãy tránh xe thưa chỗ này.

Người đánh xe của vua nước Ba-la-nại nói: "Ấy là những đức hạnh của vua anh đó sao?" Người kia đáp: "Phải. Còn những tánh tốt của vua anh như thế nào?"

Người đánh xe của vua nước Ba-la-nại nói: "Anh hãy nghe đây." Rồi ông đọc bài kệ dưới đây:

Lấy lời êm ái, ngọt bùi,
Phục thâu kẻ giận, khuyên mời kẻ sân.
Lấy lòng từ thiện thi ân,
Thì người hung ác đổi dần tánh xưa.
Lòng nhân bố đức thích ưa,
Diệt lòng bỏn sẻn, giúp thừa chúng sanh.
Nói lời chân thật, hiền lành,
Những điều xảo ngữ chẳng đành thốt ra.
Vua tôi hành thiện thế là,
Như anh chịu phục, lui ra tránh đường.

Nghe xong bài kệ, vua Ma-ly-ca và người đánh xe, cả hai cùng xuống xe, mở ngựa, kéo xe lui ra nhường đường cho vua Ba-la-nại. Vua Ba-la-nại nhân dịp ấy mà truyền dạy đạo nghĩa cho vua Ma-ly-ca. Rồi ngài trở về Ba-la-nại, lo làm các việc từ thiện, bố thí và cúng dường. Sau khi băng hà, ngài được sinh lên cõi trời và được hưởng ngôi vị đích đáng.

Vua Ma-ly-ca được lời truyền dạy ấy, cũng trở về kinh đô, lo làm các việc từ thiện, bố thí và cúng dường. Sau khi băng hà, ngài cũng được sinh lên cõi trời và hưởng ngôi vị xứng đáng.

Đức Phật kể xong câu chuyện ấy rồi bảo vua nước Câu-tát-la rằng: "Người đánh xe của vua Ma-ly-ca, nay là tôn giả Mục-kiền-liên (*Maudgalyāyana*), nhà vua thuở ấy nay là A-nan (*Ānanda*). Người đánh xe của vua Ba-la-nại nay là Xá-lợi-phất (*Śāriputra*), còn vua Ba-la-nại thuở ấy nay chính là ta đây."

THÍ THÂN CHO CỌP

Thuở ấy, đức Thế Tôn còn là một vị Bồ Tát. Ngài thường nhân từ bố thí, nói ra lời lành và rất sốt sắng giúp đời. Nhờ có trí huệ đầy đủ, ngài có thể tránh được sự lầm lạc trong những cơn xúc động vì quá thương xót chúng sanh. Nhờ vậy, ngài thường giúp cho hết thảy chúng sanh đều được an vui, hạnh phúc.

Thuở ấy, có một gia đình Bà-la-môn danh giá và thông thái, thường làm tròn phận sự của mình và ăn ở chân thật. Đức Bồ Tát giáng sanh vào gia đình ấy.

Từ khi ra đời, ngài được một nhà sư ban phép lành. Lớn lên, nhờ trí thông minh sẵn có, nhờ sự cần mẫn và tìm tòi học hỏi, nên ngài thông thạo hết thảy các môn văn chương, triết học, tôn giáo và mỹ thuật.

Ngài gặp được nhiều sự may mắn và sẵn có rất nhiều đức tính có thể giúp cho ngài thành công vượt bực trên con đường danh lợi của đời sống thế tục. Song đã từng hành đạo nên tâm trí ngài trở nên trong sạch, hướng đến việc xuất gia cầu đạo chứ không màng gì những sự phú quý vinh hoa.

Ngài từ bỏ gia đình lên rừng ẩn cư, dứt bỏ tất cả sự quyến luyến thế tục, và giữ tâm thanh tịnh nhờ noi theo đạo lý trong sạch. Rồi ngài trở về giáo hoá cho hết thảy mọi người đều được thoát khỏi các nghiệp ác và được tâm yên ổn.

Tấm lòng thanh tịnh và đức từ bi của ngài tỏa rộng, khiến cho hết thảy con người và muôn thú đều muốn đến gần ngài. Và quanh ngài không còn có sự giết hại, xâm phạm lẫn nhau. Ngay cả các loài thú độc ác và hung dữ như rắn rết, hổ báo cũng trở nên hiền từ, thuần hậu.

Cuộc đời trong sạch của ngài, sự dập tắt các ái luyến, dục vọng trong tâm, và sự an định trong lòng ngài với đức từ bi vô lượng thương xót tất cả chúng sanh làm cho tất cả chúng sanh đều cảm nhận được và thương quý ngài.

Ngài dứt bỏ sự ham muốn, sống chân thật không dối gạt, không chạy theo danh lợi và những cuộc vui thế tục tầm thường. Do đó mà chư thiên ở các cõi trời cũng tìm đến ngài để tỏ lòng tôn kính và đặt niềm tin nơi sự giáo hóa của ngài.

Khi ngài ẩn cư trên núi, nhiều người kính mộ đức độ của ngài đã lìa bỏ gia đình, cha mẹ, thân quyến, xuất gia làm đệ tử của ngài.

Ngài giáo hoá cho đệ tử biết sống theo điều lành, biết phòng hộ các giác quan không chạy theo dục lạc, giữ tâm ý thanh tịnh trong cuộc sống ẩn cư, nuôi dưỡng lòng từ bi và nhiều đức hạnh khác.

Số đệ tử được ngài giáo hoá rất đông, những người được ngài độ thoát rất nhiều. Vào thời của ngài, cửa địa ngục dường như đã đóng chặt, nẻo giải thoát rộng thênh thang.

Một hôm, ngài đi vào một chốn núi sâu để ngồi thiền, có vị đệ tử là A-si-ta (*Ajita*) theo hầu. (Vị này là tiền thân của đức Di Lặc.) Ngài nhìn thấy trong động đá có một con cọp mẹ vừa mới sanh con, sự đau đớn làm cho nó mệt nhọc uể oải lắm.

Cọp mẹ trông rất gầy ốm, mắt sâu, da bụng xếp từng lớp. Nó nhìn mấy con cọp con vừa sanh ra như những miếng mồi. Trong khi đó, những con cọp con tỏ vẻ tin cậy nơi mẹ, chực đến gần tìm vú để bú. Song cọp mẹ bỗng gầm lên rất to, chồm đến muốn vồ lấy những con cọp con như vồ mồi.

Đức Bồ Tát nhìn thấy tình cảnh cọp mẹ muốn ăn con, lòng ngài xúc động vô cùng, tâm từ bi rung chuyển vì nạn khổ của chúng sanh.

Cho hay, đối với những bậc đại từ mẫn, dù bản thân mình

chịu nạn khổ đến đâu cũng không hề nao núng, mà thấy người khác phải chịu đựng dù là một nỗi khổ nhỏ cũng đau lòng xót dạ!

Lúc ấy, đức Bồ Tát động lòng từ bi thốt lên rằng:

"Xem kìa, đó cũng là nỗi khổ trong cuộc sống ở đời! Hãy nhìn cọp mẹ với bầy con kia, chỉ vì quá đói mà quên đi tình mẫu tử, sắp ăn thịt con để được no lòng. Than ôi! Lòng vị kỷ của chúng sanh thật là đáng sợ, vì muốn giữ lấy thân mình mà phạm vào những tội ác ghê gớm, cho đến như cọp mẹ kia còn muốn ăn thịt con mình!"

Rồi ngài quay sang bảo người đệ tử: "Con hãy đi tìm món gì đó cho cọp mẹ ăn đỡ đói để cứu bầy con nó. Còn ta ở đây, ta sẽ cố làm cho nó quên cái ý định quá độc ác ấy." Vị đệ tử vâng lời, nhanh chân chạy đi ngay.

Thật ra, đức Bồ Tát đã dùng cái phương tiện ấy để khéo léo đưa người đệ tử tránh đi nơi khác, vì trong thâm tâm ngài đã nảy sinh một ý định khác rồi. Ngài nghĩ rằng: "Ta sẵn có đây một xác thân bằng xương thịt để có thể tùy ý sử dụng, sao phải đi tìm thức ăn cho cọp ở nơi khác cho xa? Hơn nữa, dù tìm nhưng chưa chắc đã có, mà như thế thì hóa ra ta cũng không sống được trọn vẹn theo đạo từ bi. Nghĩ cho cùng, cái xác thân bằng xương thịt này cũng đâu có hoàn toàn thuộc về ta? Nó vốn giả hợp, nay còn mai mất ta không làm chủ được, nó ngày càng suy yếu, khi tan rã rồi thì nhơ nhớp, thối tha. Nay có dịp dùng nó mà cứu giúp chúng sanh, bậc hiền nhân càng thỏa ý biết bao! Người ta ở đời, vì chạy theo cuộc sống sung sướng ích kỷ, nên thấy người khác đau khổ mà đành làm ngơ, hoặc là muốn cứu giúp mà không đủ phương tiện, tài lực. Còn như ta đây, nhìn thấy chúng sanh đau khổ ta đâu có vui sướng gì! Ta lại sẵn có phương tiện mà cứu giúp, nỡ nào lại làm ngơ sao?"

Rồi ngài lại nghĩ: "Nếu ta có thể cứu giúp chúng sanh,

song lại làm ngơ trước cảnh khổ, như vậy có khác nào là phạm tội. Thấy sự nạn khổ của chúng sanh, trong lòng ta nóng nảy bồn chồn như đám rừng trong cơn hỏa hoạn. Nay ta nên tự mình dứt bỏ sự sống của cái xác thân hèn hạ nhơ nhớp này, mượn dùng nó mà làm món ăn bố thí cho cọp mẹ để nó khỏi giết bầy con. Việc làm này có thể nêu gương cho những ai có lòng thương người xót vật, khuyến khích những ai chưa có đủ quyết tâm cứu vật giúp người, làm vui cho những kẻ ưa thích sự bố thí, và làm thích ý những người có lòng lương thiện..."

Suy nghĩ như vậy xong, ngài tự đến gần hang cọp, gieo mình xuống đất. Nghe tiếng động của thân ngài ngã xuống, cọp mẹ vểnh tai nhìn ra. Ấy là lúc nó vừa định vồ lấy cọp con, song đã kịp dừng lại và nhìn ra. Nó thấy một thân người vừa ngã xuống trước hang, liền mừng rỡ nhảy ra và vồ lấy, xé ra ăn một cách ngon lành.

Lúc ấy, vị đệ tử đi tìm thức ăn không có, đành quay trở lại. Đến nơi, không nhìn thấy thầy, ông tự hỏi rằng: "Thầy ta đã đi đâu rồi?" Rồi ông nhìn quanh và thấy con cọp đang ăn xác của thầy ngay trước cửa hang. Ông chợt hiểu ra mọi việc, lấy làm ngạc nhiên và cảm phục hết sức nên quên cả sự đau buồn vì vừa mất đi một bậc thầy vĩ đại. Ông kính phục cử chỉ từ bi vô lượng của thầy, tự nhủ với mình rằng:

"Ôi! Đối với loài vật chịu đau khổ mà ngài còn tỏ lòng từ bi dường ấy. Ôi! Ngài có lưu tâm đến sự sống và niềm vui của riêng mình đâu! Đức từ bi của ngài đã đạt đến chỗ cùng tột rồi vậy! Đối với sự việc cao thượng thế này thì những cuộc danh lợi bất nghĩa của thế gian chỉ là bụi bặm nhỏ nhặt mà thôi.

"Ôi! Lòng từ bi của ngài có sức mạnh phi thường vượt qua hết thảy mọi sự sợ hãi. Ôi! Tâm bố thí của ngài thật là không bờ bến, ngay đến thân mạng của mình cũng không hề tham tiếc. Cái thân mạng của ngài vốn tích chứa nhiều công đức mà ngài còn huỷ đi để bố thí, huống gì là thân xác của những kẻ thấp hèn như chúng con thật có đáng gì để tham tiếc. Ôi! Bậc đại từ đại bi đáng tôn kính thay!"

Rồi vị đệ tử trở về đem tin ấy truyền ra với các vị đệ tử khác. Hết thảy mọi người khi hay biết sự việc đều tỏ lòng kính phục và hết sức cảm động. Họ kéo nhau đến chỗ hang cọp, mang hương hoa đến cúng dường lễ bái trên khoảng đất chỉ còn trơ lại mấy khúc xương của đức Bồ Tát.

Câu chuyện trên chỉ là một trong rất nhiều câu chuyện tương tự như vậy. Trong vô số những tiền thân mà ngài đã trải qua trước đây, đức Phật vì lòng từ bi thương xót đã từng cứu giúp và mang lại sự an vui, hạnh phúc cho vô số chúng sanh. Ngài không hề nghĩ đến tự thân, đã từng nhiều lần đem thân mạng mình bố thí cho những chúng sanh đói khổ.

NAI CỨU NGƯỜI

Đối với những bậc đại từ bi, sự đau khổ của người khác cũng chính là đau khổ của mình. Dù không tự mình gánh chịu, nhưng nhìn thấy người khác đau khổ cũng sinh tâm thương xót và cảm thấy như chính mình đang đau khổ.

Vào thời đức Phật Thích-ca còn tu đạo Bồ Tát, có một câu chuyện như thế này:

Trong một cánh rừng sâu kia, có cả trăm ngàn thứ cây và dây leo mọc dày khít với nhau, chằng chịt qua lại. Trong đó có cả trăm ngàn loài thú vật, như: nai, mểnh, mang, heo, bò, voi, trăn, beo, cọp, chó sói, sư tử, gấu... Các loài thú qua lại sống chung tự do trong rừng, không hề có bóng dáng con người. Thật là một cảnh thong dong, tự tại, sung sướng vô ngần đối với muông thú.

Thuở ấy, có một con nai chúa tuyệt đẹp, lông mịn như tơ và sáng như vàng ròng, trên thân mình nai là những đường sọc có nhiều hạt châu đủ màu chói sáng. Đôi mắt hiền hậu và trong trẻo của nai sáng lấp lánh như hai hạt kim cương. Sừng và móng của nai cũng là những món châu báu lay động. Nai chúa chính là hiện thân của Bồ Tát để giáo hóa cứu độ chúng sanh đang mang thân cầm thú.

Nai chúa tự biết thân thể của mình dễ gợi lòng tham của loài người, và cái gọi là tình thương của loài người thì mong manh lắm. Bởi vậy nai xa lánh vào tận rừng sâu, thích ở nơi ấy chứ không để cho ai trông thấy. Nai chúa lanh lợi và khôn ngoan lắm. Nhiều người thợ săn đã từng tìm đủ cách như giăng lưới, đặt bẫy, đào hố... song nai luôn biết được và tránh né một cách tài tình.

Có một đoàn thú đi theo nai chúa, nghe theo lời chỉ dạy của nai như một ông thầy và oai quyền của nai chúa đối với bầy thú như một ông cha.

Một hôm, nai chúa đang ở trong rừng sâu. Gần đó có một con suối lớn, nước chảy rất xiết vì vừa qua những trận mưa lớn. Bất chợt nai nghe có tiếng kêu cứu rất thảm thiết của một người bị dòng nước cuốn: "Cứu tôi với! Cứu tôi với! Có ai không, cứu tôi với!"

Tiếng kêu cứu làm cho tấm lòng Bồ Tát nai chúa phải xúc động. Ngài thốt ra tiếng người và lớn tiếng trấn an người bị nạn rằng: "Đừng sợ! Đừng sợ!" Rồi ngài nhanh chóng nhảy ra khỏi rừng sâu, tìm đến bên bờ suối. Ngài nhìn thấy một người đang chơi vơi giữa giòng.

Tâm từ bi chuyển động, ngài không nghĩ gì đến thân mạng mình có thể gặp hiểm nguy, chỉ một lòng nghĩ đến việc cứu vớt người kia. Ngài lội nhanh xuống dòng nước xiết, nhanh chóng bơi ra đến giữa dòng, đến bên người bị nạn và gọi lớn: "Ông hãy bình tĩnh, cứ nương dựa vào thân tôi, tôi sẽ dìu ông vào bờ." Nhưng nạn nhân lúc ấy đang run rẩy, mất cả bình tĩnh tĩnh, không làm theo lời ngài mà vừa bám được đến gần đã leo hẳn lên lưng ngài. Nước chảy rất xiết, cõng thân người rất nặng, nhưng ngài có tâm từ bi với sự dũng mãnh của một tâm hồn cao thượng hết lòng cứu người, nên cố sức lội được vào bờ.

Khi đưa được nạn nhân vào bờ, ngài mừng lắm, quên hết cả nỗi mệt mỏi và đau đớn. Rồi ngài đem hơi ấm của thân mình mà ấp ủ cho nạn nhân qua cơn rét lạnh. Khi người ấy đã tỉnh táo và hồi phục, ngài mới chỉ đường cặn kẽ cho anh ta ra khỏi rừng.

Dù là thân quyến, anh em hay bằng hữu cũng chưa hẳn đã có được cử chỉ xả thân cứu người như vậy. Hành vi cứu giúp của ngài làm cho người kia hết sức cảm động. Khi đã tỉnh hồn sau cơn khiếp sợ, người kia mới nhận ra thân thể của ngài rực rỡ và sáng đẹp vô song, Anh ta sửng sốt ngắm nhìn và kính nể lắm, liền quỳ xuống lạy và thưa rằng: "Hôm nay ngài xả thân cứu tôi sống sót. Việc làm này, cho dù là với những người thương yêu nhau từ thuở nhỏ, với những người bạn thân hay bà con thân thuộc, cũng không dễ gì làm được. Giờ đây, mạng sống này là của ngài. Nếu ngài có việc cần đến nó, tôi xin vui lòng dâng hiến nó cho ngài. Nếu như ngài có bất cứ điều gì cần đến xin cho biết, tôi nguyện đem thân mạng này mà phụng sự cho ngài."

Nai chúa khen rằng: "Đối với một người biết giữ theo đạo lý, sự biết ơn là việc bình thường, không ai lấy làm lạ. Song đối với cõi trần thế với những sự bại hoại thường xảy ra, thì sự biết ơn đã trở nên một đức tính hiếm có. Nay tôi dặn ông điều này, nếu như ông nhớ ơn tôi, xin ông đừng kể chuyện này ra cho bất cứ ai biết. Vì thân hình tốt đẹp như thân hình tôi đây vốn là miếng mồi ngon cho loài người thèm muốn, mà cái lòng thương xót của con người lại yếu ớt lắm, một khi lòng tham đã dấy lên thì họ dễ dàng quên hết sự liêm sỉ. Ông giữ kín được chuyện này tức là giữ gìn được mạng sống cho tôi. Xin ông hãy nhớ lời tôi dặn."

Người kia hứa sẽ nhớ lời và không nói ra cho ai biết. Sau đó, anh ta quỳ lạy, đi nhiều vòng quanh nai chúa một cách cung kính rồi mới từ biệt trở về nhà.

Thuở ấy, bà hoàng hậu trong xứ ấy thường nằm mộng thấy được những điều có thật. Dù cho giấc mộng của bà có lạ lùng đến đâu nhưng cũng thường ứng nghiệm thành sự thật. Rồi một hôm, bà ngủ mê và mộng thấy một con nai chúa ngự trên một cái ngai, thân hình đẹp đẽ vô cùng, toàn thân có những hạt ngọc lớn nhỏ đủ màu chói sáng, lại có triều thần chầu theo, và nai chúa nói được tiếng người mà giảng dạy đạo pháp. Bà lấy làm xao xuyến, ngạc nhiên. Ngay lúc ấy thì có tiếng trống trong thành làm bà thức giấc. Bà liền vào cung đến gần đức vua, được vua ân cần đón tiếp và yêu mến.

Bà đem giấc mộng lạ thuật lại và tâu với vua rằng: "Tâu bệ hạ, trong cung điện của bệ hạ đã có đủ các thứ châu báu, vật quý trong thiên hạ, nhưng chưa từng có vật nào quý báu bằng con nai chúa ấy, thân hình nó có đầy châu ngọc quý giá tự nhiên. Nay bệ hạ nên cho người cố sức bắt con nai chúa ấy về. Đó mới thật là báu vật có một không hai trong thiên hạ."

Tất nhiên là vua tin theo lời hoàng hậu. Ngài nghe theo lời tâu của bà, một là để đẹp lòng bà, hai là vì lòng tham con nai quý. Vua truyền lệnh cho các tay thợ săn trong khắp nước, bảo phải tìm cho bằng được con nai ấy. Và mỗi ngày, tại kinh thành người ta truyền rao như thế này:

"Chuyện cổ tích có ghi chép về một con nai màu vàng ròng, khắp mình có cả trăm hạt châu chiếu sáng. Có nhiều người đã trông thấy nó. Vậy ai đem mang nộp hoặc chỉ đường cho vua bắt nó thì được phong thưởng một thôn ấp phồn thạnh mà cai trị cùng với mười người mỹ nữ."

Người được nai chúa cứu mạng ngày trước nay đang sống ở kinh thành. Hằng ngày lắng tai nghe rõ lời truyền rao ấy, người nghĩ tới sự nghèo khó của mình thì buồn rầu chán ngán, bỗng nảy ra ý xấu. Nhưng người cũng nghĩ tới ơn cứu mạng của nai chúa và lời dặn dò khi chia tay. Một đàng là lòng tham đối với sự vinh hoa phú quý, một đàng là sự biết ơn đối với kẻ đã cứu mạng mình. Trong lòng anh ta ray rứt, dằn vặt không thôi, nửa muốn giữ phận nghèo mà làm người tốt, nửa lại muốn bôi mặt một phen để hưởng lấy sự giàu có, vinh hoa.

Anh ta ngày nào cũng suy nghĩ: "Ta biết làm sao bây giờ? Ta nên giữ lấy đạo đức, hay nên chộp lấy cơ hội này để được giàu sang? Ta nên trọn nghĩa với người ơn hay nên cứu lấy sự nghèo khó của gia đình? Ta nên giữ làm người lương thiện hay nên theo sự ứng xử của kẻ thế tục tầm thường? Ta nên chọn sự giàu sang sung sướng hay chọn theo gương sáng của những bậc hiền lương? Ta nên vì sự sung sướng trong hiện tại hay nên nghĩ đến quả báo xấu xa phải gánh chịu đời sau?"

Rồi sự tham lam dần dần chiếm lấy tâm ý của người, nó xúi giục người nghĩ rằng: "Hay là ta cứ chọn lấy sự giàu sang. Được giàu có rồi, ta sẽ nuôi nấng cha mẹ, bà con, thân quyến... Ta sẽ bố thí và cúng đường, sẽ lo làm những việc phước thiện để có công đức cho tương lai."

Rồi người cho rằng ý tưởng ấy là thích hợp với mình. Người bỏ qua việc nhớ tưởng đến ơn cứu mạng ngày trước, bèn đến hoàng cung xin được vào gặp đức vua. Người tâu rằng: "Muôn tâu bệ hạ, tôi biết con nai quý và chỗ ở của nó. Bệ hạ cứ cho người đi theo tôi. Tôi sẽ chỉ ra chỗ ở của nó."

Vua nghe lời ấy mừng lắm, đáp rằng: "Khanh hãy dẫn đường cho ta. Ta sẽ đích thân đi bắt nó." Rồi vua mặc quần áo đi săn, có cả một đoàn quân theo hộ tống. Ngài ngự ra khỏi kinh thành và đi theo người kia mà đi đến cánh rừng nơi nai chúa sống. Ngài cho quân lính vây bủa khắp chung quanh cánh rừng. Rồi ngài tự tay cầm cung tên, chọn những tay thiện xạ và dũng sĩ khỏe mạnh theo hầu, theo chân người chỉ đường mà tiến sâu vào rừng. Đến giữa rừng, người kia từ xa nhìn thấy nai chúa đang nghỉ ngơi thong thả trên bãi cỏ, bèn chỉ cho vua: "Tâu bệ hạ, con nai ở kia kìa! Bệ hạ hãy nhìn xem cho kỹ!" Ngay khi người ấy đưa tay ra mà chỉ con nai, thì bàn tay ấy bỗng đứt ngang nơi cổ tay mà rơi rụng xuống như bị một lưỡi gươm sắc chém ngang qua. Đối với hạng người vô ơn bạc nghĩa, lấy oán trả ơn như vậy, thì quả báo đã đến ngay trong hiện tại.

Khi ấy, vua nhìn thấy được nai chúa. Trong đám rừng xanh, thân thể của nai hiện ra với những hạt châu sáng

45

rực, như hào quang sáng đẹp tỏa ra chung quanh làm cho ai nhìn thấy cũng bị lôi cuốn. Vua lấy làm thích thú, muốn mau chóng bắt được nai chúa nên liền giương cung lên và đến gần hơn để bắn...

Khi ấy, nai chúa bỗng nghe tiếng reo hò dậy lên khắp bốn phương tám hướng, liền giật mình tự biết rằng: "Ta đã bị bao vây khắp hết mọi ngã rồi!" Ngài nhìn thấy nhà vua đang tiến đến gần mà bắn mình. Khi ấy, ngài vẫn bình tĩnh, thốt ra tiếng người một cách rõ ràng và nói với vua rằng: "Đại vương, xin hãy tạm dừng tay đừng bắn. Tôi có điều muốn biết, xin ngài giải thích cho tôi. Từ xưa nay tôi ẩn cư chốn này, xa cách hẳn với người đời, làm sao ngài có thể biết được chỗ tôi sống mà tìm đến đây. Ai đã chỉ đường cho ngài?"

Vua nghe nai thốt ra tiếng người thì lấy làm kinh ngạc, vội dừng tay hạ cây cung xuống. Rồi khi nghe rõ câu hỏi của nai chúa, ông liền hất tay chỉ vào tên bất nghĩa: "Chính là người đó đã chỉ đường cho ta." Nai chúa nhìn biết người kia, liền nói rằng: "Người ơi, nay người làm chuyện bất nghĩa này chính là tự hại lấy mình, người có biết không?"

Vua nghe câu ấy thì lấy làm lạ, liền hỏi nai rằng: "Ngài quở trách đó là về chuyện gì? Tôi nghe ngài nói ra được tiếng người, lòng tôi kinh ngạc lắm. Hỡi thú linh, ngài nói đó là nhằm vào ai? Là người, là thú hay là chim?"

Nai chúa đáp: "Trước đây người này sắp chết đuối, nhờ tôi ra sức cứu sống. Nay tôi vì anh ta mà bị hại. Nhưng việc ác này của anh ta vốn là tự hại lấy mình, chỉ vì tham lam, ngu si nên không biết đó thôi."

Vua nghe nói mới hiểu ra sự tình, trong lòng khinh bỉ, đưa mắt nhìn người kia một cách gắt gao, vẻ mặt chứa đầy sự hăm dọa. Vua xẵng giọng phán hỏi: "Có phải trước đây ngươi được nai cứu sống hay không?"

Người kia vừa sợ, vừa xấu hổ, mồ hôi đổ như tắm, mặt tái xanh, ấp úng đáp rằng: "Dạ... phải..."

Vua quát to: "Thật đáng xấu hổ quá!"

Rồi vua giương cung định bắn chết anh ta. Song nai chúa nhìn thấy kịp, động lòng từ bi liền chạy đến đứng chặn ngang trước mặt vua và nói: "Đại vương, tội ác của anh ta đã bị trừng trị rồi, ngài không cần ra tay trừng trị nữa. Khi sự tham lam đã khống chế trong lòng người ta thì họ dễ dàng quên mất đạo lý và những việc hợp theo lẽ phải. Khi sự nghèo khó ám ảnh trong tâm trí người ta, thì họ dễ sa vào các mối tham dục, bám theo danh lợi cũng như con thiêu thân khờ khạo lao đến chỗ ánh đèn. Xin đại vương mở rộng lòng thương, đừng giận giữ làm gì. Người ấy làm việc này là vì muốn được ban thưởng, xin ngài cứ ban thưởng cho anh ta khỏi hoài công. Còn thân tôi đây, tôi chấp nhận để cho ngài bắt lấy!"

Đức vua rất cảm động vì tấm lòng từ bi của nai chúa đối với kẻ hại mình. Ngài nhìn nai một cách kính nể và phán rằng: "Lành thay! Lành thay! Đối với người hại mạng ngài mà ngài còn tỏ lòng từ như vậy! Với tấm lòng đại đức ấy, ngài mới xứng là đáng làm người, còn như chúng tôi đây chỉ mang lấy cái hình dáng con người mà thôi! Ngài đã mở lòng thương mà xin ban thưởng cho hắn ta, tôi xin nghe theo. Còn ngài, tôi xin được để cho ngài tự do đi khắp trong nước của tôi, bất luận chỗ nào."

Nai chúa đáp: "Tôi nhận lời của đại vương. Mong rằng sự gặp gỡ này sẽ giúp ích cho cả đôi bên."

Vua liền thỉnh nai chúa lên long xa như một bậc thầy, dùng nghi lễ trọng hậu mà đưa về kinh đô, tiếp đãi như bậc thượng khách. Vua lại mời nai chúa lên một cái ngai lớn, rồi triệu tập các quan văn võ và phi tần trong cung nội đến, thỉnh cầu nai chúa thuyết pháp. Vua nói: "Thưa ngài, hiện nay nói về đạo lý thì sự hiểu biết của con người chia ra lắm nẻo. Ngài biết được sự chân thật, xin ngài truyền dạy cho chúng tôi."

Khi ấy, nai chúa thể hiện tâm địa của hàng Bồ Tát, vì đức vua và đại chúng, dùng lời lẽ êm dịu và hùng hồn mà thuyết pháp:

"Này đại vương, chỉ một tâm từ bi là đủ bao quát hết thảy mọi đạo lý. Người có tâm từ bi thì trọn đời không giết hại sinh mạng chúng sanh; không trộm cướp, lường gạt tài sản của kẻ khác; không làm việc tà dâm với vợ hoặc chồng của người khác; không nói dối, không nói lời độc ác, gây hận thù hay gây chia rẽ người khác; và không uống rượu để giữ lấy sự tỉnh táo, sáng suốt mà hành đạo từ bi. Giữ trọn được những điều ấy chính là giềng mối căn bản nhất mà cũng là cao cả nhất trong tất cả các đạo lý.

"Này đại vương! Nếu con người có được tâm từ bi, thì dù cho đối với bà con thân quyến hay với kẻ xa lạ, cũng không thể nghiêng theo sự bất công và độc ác mà làm hại đến người.

"Chính vì không chịu nuôi dưỡng tâm từ bi, con người mới thường xuyên phạm vào những điều ác bằng tư tưởng, lời nói và việc làm, đối với những người thân thuộc cũng như đối với kẻ xa lạ.

"Ai muốn điều thiện thì nên nuôi dưỡng lòng từ bi, vì do nơi đó mà sanh ra được những quả lành. Cũng như mưa xuống có thể giúp cho cây cối đơm hoa kết trái, lòng từ bi tăng trưởng cũng vậy, có thể giúp cho nảy sinh đầy đủ mọi đức tánh tốt lành.

"Nếu trong tâm mình biết nuôi dưỡng lòng từ bi, mình sẽ không sa ngã vào nẻo ác. Nếu tâm ý mình trong sạch, thì lời nói và việc làm đều không phạm vào các điều ác. Lòng từ bi thương xót luôn muốn cứu giúp, mang lại sự lợi ích cho mọi người, do đó mà càng làm tăng trưởng tâm bố thí, làm phát sanh tâm nhẫn nhục, cùng với nhiều đức tánh tốt đẹp khác nữa.

"Người có tâm từ bi không làm cho kẻ khác tán loạn, luôn mang lại sự an ổn cho người khác, vì chính mình đã được an ổn rồi. Người có tâm từ bi đặt lòng tin cậy nơi mọi người khác như với người thân thích của mình. Người có tâm từ bi không bị sự thúc giục của lòng sân hận, không bị lửa giận đốt thiêu, vì trong lòng luôn sẵn có sự tươi nhuận mát mẻ của đức từ bi.

"Tóm lại, hết thảy các vị hiền nhân thánh triết đều khuyên nên lấy việc nuôi dưỡng lòng từ bi làm đạo lý căn bản nhất. Ai nuôi dưỡng được lòng từ bi thì cũng làm tăng trưởng tất cả các đức tính tốt đẹp khác. Này đại vương, ngài nên thương lấy tất cả mọi người như thương con cái của mình, như thương chính bản thân mình. Nếu ngài biết nuôi dưỡng lòng từ bi, làm tăng trưởng mọi điều thiện, tất cả thần dân đều sẽ đem lòng cảm phục, kính mến ngài, làm cho danh phận, ngôi vị của ngài ngày càng trở nên cao quý và vững chắc."

Vua được nghe bài thuyết pháp ấy, rất lấy làm hoan hỷ. Ngài phát nguyện cùng với dân chúng trong thành phố và nơi thôn dã khắp nước ngài đều sẽ gắng sức làm theo lời dạy ấy. Từ đó, ngài ban lệnh ra khắp nơi trong nước, bảo vệ cho hết thảy các loài chim muông cầm thú đều được an ổn tự do, không còn bị loài người làm hại.

NGƯỜI KỸ NỮ

Thuở trước, sau khi đức Phật Thích-ca thành đạo và đi hoằng hóa được mười bảy năm, ở thành Vương Xá, có một người kỹ nữ nổi danh tài sắc, tên là Ri-ma-ti (*Crimati*).

Bấy giờ, đức Phật và các vị đệ tử đang ngụ tại tinh xá trong khu vườn Trúc Lâm. Hằng ngày, các vị đệ tử ôm bình bát đi hoá trai trong thành. Cô kỹ nữ *Ri-ma-ti* tuy là kẻ giang hồ phong nguyệt, từng làm say đắm nhiều khách tài hoa phóng túng chơi bời, nhưng lại có tín tâm, thường dâng cơm cúng dường cho chư tăng. Các vị sa-môn mỗi khi khất thực đến nhà cô đều nhận được rất nhiều thức ăn. Một hôm, có vị sa-môn kia, nhân trong một lúc buông thả tâm ý mới nhìn thẳng vào mặt cô. Từ đó về sau, vị này vướng lấy khối tình sâu nặng vì cô.

Một bữa kia, cô đau nặng, nhưng cũng gượng dậy mà cúng dường cho các sư. Cô tuy đang lúc đau ốm, không ăn mặc trang điểm, song cũng muốn tiếp rước quý thầy, nên thỉnh vào nhà để cô dâng vật thực cúng dường. Lúc ấy, cũng có vị sa-môn si tình cùng đi. Thầy thấy cô y phục sơ sài lại càng lộ rõ vẻ xinh đẹp sắc sảo. Thầy càng bị đắm sâu vào tình ái, không sao chống lại nổi sức mạnh của ái tình. Bữa ấy, thầy về đến tinh xá, không ăn uống nữa, tìm chỗ vắng vẻ ngồi một mình, luống những thương tưởng đến cô kỹ nữ.

Đức Phật hiểu thấu được điều ấy. Chẳng bao lâu, cô kỹ nữ không qua khỏi cơn bệnh nên lìa trần. Cô không có người thân kẻ thuộc, nên đã chết rồi mà người ngoài không ai hay biết. Đức Phật muốn giúp cho vị sa-môn kia thoát khỏi lưới tình, nên ngài đợi qua bốn ngày rồi mới dẫn các vị đệ tử cùng đến nhà cô. Lúc ấy, cái xác của đã cô thành ra thối tha, hôi hám.

Khi mọi người đã nhìn thấy xác chết người kỹ nữ, đức Phật mới chỉ vào đó mà phán hỏi vua Tần-bà-sa-la có mặt tại đó rằng: "Vật gì ở nơi đó vậy?" Vua đáp: "Ấy là xác chết của cô Ri-ma-ti."

Phật lại hỏi: "Ngày cô ấy còn sống, người ta dám bỏ ra bạc trăm, bạc ngàn để được chung vui trong một đêm. Bây giờ, có ai muốn trả chừng phân nửa số tiền đó để mua vui với cô nữa chăng?"

Vua đáp: "Không, trong nước tôi chắc chắn không có ai chịu bỏ ra dù một đồng điếu vì cái xác ấy. Mà dù có cho không, cũng chẳng ai nhận lãnh làm gì."

Liền đó, Phật nói với các vị đệ tử quanh ngài rằng: "Đây là xác chết của cô kỹ nữ Ri-ma-ti, xưa nổi danh là tay ca nhi tài sắc, đẹp đẽ hơn người. Cái sắc đẹp ấy đã làm cho cô được biết bao người yêu thương, mà bây giờ lại không còn ai đoái hoài đến nữa. Trong trần thế, mọi thứ đều tan rã, mọi thứ đều chỉ là nhân duyên giả hợp."

Nghe Phật dạy lời này, chín mươi hai ngàn người liền khi ấy hiểu ra được pháp Tứ diệu đế (Bốn chân lý), và riêng vị sa-môn kia liền được giải thoát khỏi lưới dục tình.

VỊ DANH Y

Vào thời đức Phật đang ở tại tinh xá trong khu vườn Trúc Lâm gần thành Vương Xá, thì thành Tỳ-xá-ly cũng là một xứ sở nổi danh về sự giàu sang, sung túc. Cả hai thành đều không kém gì nhau, nên vua chúa đôi bên đều tranh đua, ai cũng muốn làm cho xứ sở của mình ngày càng tốt đẹp hơn. Thành Tỳ-xá-ly khi ấy có được 7.707 đền đài, 7.707 ngôi tháp, 7.707 vườn hoa, 7.707 cái hồ, và có được bảo bối quý giá danh tiếng hơn hết là một đoá hoa khôi tên là Am-ra-bát-ly-ca (*Āmrapālikā*). Cô này là một mỹ nhân nhiều tài nghệ, rất xinh đẹp và tinh thông âm nhạc.

Một hôm, có ông nhà giàu bên thành Vương Xá sang thành Tỳ-xá-ly có việc, được gặp cô hoa khôi Am-ra-bát-ly-ca. Khi trở về, ông đến tâu với vua rằng: "Thành Tỳ-xá-ly có một cô kỹ nữ nổi danh tài sắc, mà xứ ta lại chẳng có cô nào để sánh bằng thì thật là thua kém, đáng xấu hổ lắm." Vua nghe lời ông liền truyền lệnh tuyển chọn kỹ nữ. Vua lại hỏi ông nhà giàu ấy rằng: "Khanh có biết là trong thành này có con gái nhà ai đủ tài sắc để trở thành hoa khôi chăng?" Lúc ấy, trong thành Vương Xá có nàng Xát-la-hoa-ty (*Sālavati*) rất xinh đẹp mặn mà. Ông nhà giàu liền tiến cử cô ấy. Thật ông ta có mắt tinh đời. Chẳng bao lâu, cô Xát-la-hoa-ty được học tập xong các môn kỹ nhạc, bèn nổi danh khắp nơi, lại còn xuất sắc hơn cả cô Am-ra-bát-ly-ca bên Tỳ-xá-ly. Tiền khách thưởng cho cô cũng nhiều hơn, như cô kia mỗi đêm hầu rượu đánh đàn được thưởng năm chục đồng vàng, thì cô này lại được đến những một trăm đồng vàng.

Được ít lâu, cô Xát-la-hoa-ty có thai. Vì muốn giữ kín nhẹm chuyện này, để khách làng chơi không chán bỏ mình, cô liền giả vờ đau nặng và dặn người giữ cửa không cho khách vào nhà. Đúng ngày tháng, cô sanh ra được một bé trai. Cô bảo con hầu gái đặt đứa nhỏ trong một cái rổ, bưng đi xa và bỏ ở một chỗ đất hoang.

Tình cờ, hoàng thái tử đi ngang qua đó. Ngài nhìn thấy một bầy quạ bay quanh phía trên đứa bé, liền sai quân hầu đến xem có vật gì ở đó làm cho bầy quạ tụ lại. Quân hầu đến xem về đáp: "Có một đứa trẻ mới sinh." Ngài hỏi: "Nó còn sống hay không?" Quân hầu tâu rằng: "Còn sống." Thái tử truyền đem đứa nhỏ về cung nuôi nấng. Nhờ vậy mà nó được sống sót. Người ta mới đặt tên cho nó là Sĩ-hoa-ca (*Jivaka*), có nghĩa là "*còn sống hay không*".

Đứa nhỏ rất chóng lớn và rất thông minh lanh lợi. Một hôm, nó đi tìm cha nuôi nó là ông hoàng tử để hỏi về cha mẹ ruột của mình. Ông hoàng đáp: "Ta không biết cha mẹ của ngươi. Nhưng ta đã nuôi ngươi, thì ta là cha ngươi vậy."

Bấy giờ, chàng Sĩ-hoa-ca lớn khôn, định kiếm nghề làm ăn. Chàng mới lén ông hoàng mà đi đến thành Đắc-xoa-thi-la (*Takshacilā*), học nghề thuốc với một cụ danh y. Chàng vào học, nhờ có thiên tư, lại hết sức chuyên cần, nên tiến bộ rất nhanh. Học đến bảy năm trời nhưng thầy vẫn chưa cho ra nghề. Chàng thối chí, một hôm mới thưa hỏi thầy rằng đến bao giờ mới có thể học xong nghề thuốc. Vị thầy không trả lời ngay, hỏi lại rằng: "Thầy muốn sai con một việc, con có vui lòng làm chăng?" Chàng đáp: "Con xin vâng lời thầy."

Ông thầy nói: "Này, con hãy đi khắp trong xứ này, tìm xem có loại cây nào không làm thuốc được thì bứng mang về đây cho thầy." Chàng Sĩ-hoa-ca vâng lời, đi khắp các nơi mà không thấy cây nào không làm thuốc được, liền trở về thuật lại với thầy. Bấy giờ, ông thầy mới nói: "Được, vậy là con đã học xong nghề thuốc rồi đó. Con có thể dùng nó mà làm kế sinh nhai." Rồi thầy cấp cho chàng lương thực đi đường và cho phép chàng ra đi.

Sĩ-hoa-ca trở lại thành Vương Xá. Đường xa, đi lâu, lương thực vừa cạn hết thì chàng vừa đến xứ Xát-cơ-ta. Bỗng gặp một dịp may để chàng ra tay mà thử nghề thuốc của mình. Trong thành ấy có người vợ của một đại thương gia đau bệnh nhức đầu đã bảy năm trời, uống đủ thuốc của các nhà danh y khắp nơi mà bệnh không thuyên giảm. Chàng nghe biết việc ấy, liền đi thẳng đến nhà ông đại thương gia ấy, bảo người giữ cửa vào tin cho bà chủ hay rằng có một vị lương y muốn vào trị bệnh cho bà. Người giữ cửa vào bẩm báo, bà chủ hỏi: "Thầy ấy trông như thế nào?" Người giữ cửa thưa: "Thầy ấy còn trẻ lắm." Bà chủ liền nói: "Ta không muốn tiếp người ấy đâu. Những thầy thuốc còn nhỏ tuổi thì làm được trò trống gì? Đã có biết bao vị lương y danh tiếng, nhận của ta biết bao nhiêu tiền vàng mà còn không thể trị lành bệnh ta, huống hồ là một thầy thuốc bé con?"

Người giữ cửa đem mấy lời ấy mà thuật lại với Sĩ-hoa-ca. Chàng không thối chí, bảo người giữ cửa rằng: "Anh trở vào thưa rằng, cứ để tôi hốt thuốc. Nếu bệnh không thuyên giảm thì tôi không lấy một đồng tiền nào cả."

Người giữ cửa vào thưa lại với bà chủ. Bà chủ bằng lòng cho phép chàng vào. Chàng xem mạch xong, thấy rõ căn bệnh, bèn bảo người đem cho mình một chút bơ. Bà chủ sai đem ra, chàng hoà với nhiều thứ thuốc thảo mộc và đưa cho bà chủ uống.

Khi ấy, thấy bơ tràn ra ngoài, bà chủ liền gọi đứa tớ gái lấy đồ ra mà hứng lấy. Chàng thấy vậy thì tự nhủ rằng: "Bà này thật là hà tiện quá lắm, cho đến một chút bơ mà cũng bảo người hứng lấy không bỏ mất. Như thế này thì e rằng bà trả công cho mình chẳng được bao nhiêu."

Bà chủ thoáng thấy nét mặt chàng lộ vẻ buồn nên hỏi, chàng liền nói thật ý nghĩ của mình. Bà chủ cười nói: "Không phải vậy, chúng tôi là người nội trợ, không quen xa xỉ, hoang phí. Dù một chút bơ thừa cũng có thể để cho tôi tớ trong nhà dùng được, hoặc để làm dầu thắp đèn cũng đều có ích. Còn việc trị bệnh xin thầy chớ lo, tôi hứa sẽ đền đáp ơn thầy xứng đáng."

Bà chủ quả thật giữ đúng như lời. Sĩ-hoa-ca trị dứt được bệnh rồi, bà thưởng cho thầy 4.000 đồng tiền vàng, và con, rể với chồng bà, mỗi người cũng đều trả ơn thầy 4.000 đồng tiền vàng nữa. Chồng bà lại còn biếu thêm cho thầy một đứa tớ trai, một đứa tớ gái, một con ngựa với một chiếc xe. Thầy Sĩ-hoa-ca mới chữa bệnh lần đầu mà được đến 16.000 đồng tiền vàng, không kể hai đứa tớ với ngựa và xe. Thầy mừng lắm, liền trở về thành Vương Xá, dâng hết lên ông hoàng, người đã có công ơn nuôi dưỡng và dạy dỗ mình. Nhưng ông hoàng không nhận, lại còn phong cho thầy làm lương y để trị bệnh trong cung.

Khi ấy, vua Tần-bà-sa-la đau nặng, được thầy chữa cho khỏi bệnh. Vua muốn trọng thưởng, mới truyền lệnh cho các cung phi cởi hết đồ nữ trang mà dâng cho thầy. Nhưng thầy không nhận sự tặng thưởng đó.

Vua liền phong cho thầy làm chức Ngự y, giao cho thầy lo việc trị bệnh trong hoàng cung và trị bệnh cho các vị đệ tử của đức Phật. Thầy rất vui mà nhận lấy trách nhiệm cao quý ấy.

Bấy giờ, tại thành Vương Xá, có một ông nhà giàu mang bệnh nhức đầu đã bảy năm. Ông ấy đã cầu đến các nhà lương y có danh tiếng, người nào cũng nhận lấy rất nhiều tiền bạc, mà không ai giúp được cho bệnh ông thuyên giảm. Họ còn dự đoán rằng ông sắp chết. Mỗi người đoán ngày chết của ông khác nhau nhưng cũng không chênh lệch mấy. Tựu trung, có người nói ông sẽ chết trong năm ngày, những người khác thì nói là ông sẽ chết trong bảy ngày.

Nhân dân trong thành Vương Xá ai nấy đều thương xót ông nhà giàu ấy, vì hằng ngày ông thường làm nhiều điều tốt đẹp, phước thiện, trên là đức vua, dưới là dân chúng, ai cũng khen ông là người đức độ. Vì thế, dân chúng trong thành mới cùng nhau kéo đến xin vua cho quan Ngự y trị bệnh cho ông. Vua vui lòng phê chuẩn, lập tức phái thầy Sĩ-hoa-ca đi trị bệnh cho ông nhà giàu.

Thầy được lệnh vua, bèn đến nhà người bệnh, xem mạch xong mới hỏi rằng: "Như tôi trị cho ông hết bệnh, ông trả công tôi thế nào?"

"Thưa thầy, tôi sẽ đem hết của cải mà dâng tặng thầy và theo làm người hầu cho thầy."

Sĩ-hoa-ca lại nói: "Được, tôi có thể trị dứt bệnh cho ông. Nhưng ông có thể nằm nghiêng một bên suốt trong bảy tháng được chăng?"

"Dạ được."

"Và ông có chắc chắn sẽ nằm nghiêng phía bên kia suốt trong bảy tháng nữa được chăng?"

"Dạ thưa thầy, chắc chắn được."

"Rồi ông sẽ nằm ngửa cũng suốt trong bảy tháng, được không?"

"Dạ, cũng được."

Thế là thầy Sĩ-hoa-ca bắt đầu trị bệnh. Thầy bảo ông kia nằm xuống, dùng dây buộc chặt ông vào giường. Rồi thầy lấy con dao thật nhỏ mà mổ trên sọ, lấy ra hai con sâu, một con nhỏ và một con lớn. Khi ấy thầy mới nói với người nhà rằng: "Các vị thầy thuốc kia nói rằng bệnh nhân sẽ chết trong năm ngày, vì họ thấy được con sâu lớn. Họ biết nó đang ăn vào sọ, nên đoán là ông phải chết trong năm ngày. Các vị khác nói rằng ông sẽ chết trong bảy ngày, là vì các vị này thấy được con sâu nhỏ. Tuy họ nói khác nhau nhưng cũng không sai lệch mấy."

Ngự y nói rồi, bèn dùng thuốc bó rịt chỗ sọ đã mổ ra.

Được bảy ngày, bệnh nhân thưa với ông rằng nằm nghiêng một bên hoài chịu không nổi. Thầy nói: "Ông đã hứa với tôi rằng ông có thể nằm được bảy tháng mà!"

Ông nhà giàu đáp: "Thầy ơi, tôi thà tôi chịu chết chứ nằm mãi một bên đến bảy tháng, tôi không chịu nổi."

Thầy bảo: "Thôi được, vậy tôi cho ông trở sang bên kia và phải nằm yên như vậy suốt trong bảy tháng."

Được một tuần, bệnh nhân lại than rằng nằm nghiêng bên kia cũng không chịu nổi. Ngự y lại cho phép ông nằm ngửa ra trong bảy tháng.

Nhưng qua tuần nữa, bệnh nhân cũng than rằng nằm ngửa mãi không chịu nổi. Khi ấy, thầy Sĩ-hoa-ta mỉm cười nói rằng: "Ông lão ơi! Nếu tôi không nói trước rằng ông phải nằm đến ba kỳ bảy tháng thì e rằng ông đâu có nằm yên được ba kỳ bảy bữa. Bởi vậy, tôi phải nói thế để ông cố sức mà chịu, chứ bệnh của ông nằm yên được ba tuần lễ như vậy là vừa đủ rồi. Thôi, ông có thể ngồi dậy, từ nay ông đã hết bệnh rồi. Nhưng ông còn nhớ lời hứa hôm trước chứ?"

"Dạ nhớ, tôi sẽ đem hết tiền của và thân mạng của tôi mà đền đáp ơn thầy."

"Ấy chẳng qua tôi đùa với ông đó thôi, chứ tôi đâu cần nhiều tiền đến thế, và tôi đâu dám nhận ông làm người hầu. Ông hãy trả ơn đức vua một trăm ngàn đồng, và trả công cho tôi cũng bấy nhiêu đó là đủ rồi."

Từ đó, danh tiếng Ngự y càng thêm lừng lẫy, lan đến tận các xứ xa. Các nơi đều nhờ thầy trị bệnh, và chưa bao giờ thầy cho thuốc mà bệnh lại không lành.

Đã giỏi nghề thuốc, thầy lại còn túc trí đa mưu. Nên khi thầy trị được một trường hợp đặc biệt này thì mọi người đều phục tài. Số là vua bên xứ U-sa-di-nít (*Ujjayini*) đau bệnh vàng da, đã mời hết các nhà danh y đến mà bao nhiêu thuốc men đều tỏ ra vô hiệu. Nghe tiếng đồn xa, vua phái sứ thần sang tận nơi rước thầy Sĩ-hoa-ca.

Thầy đến nơi, xem bệnh xong, tâu rằng: "Tâu bệ hạ, kẻ hạ thần định nấu bơ để làm thuốc cho bệ hạ."

Vua giẫy nẩy: "Trẫm không muốn uống thuốc có bơ, vì trẫm ghê tởm món đó lắm. Thầy phải tìm loại thuốc khác mà cho trẫm uống."

Thầy trở về suy nghĩ rằng: "Bệnh của vua mà không dùng bơ thì không thể dứt được. Ta phải nấu bơ cho chín, làm cho bơ mất mùi và giống hệt như nước trà mát mới được." Thầy liền lấy bơ mà hòa với nhiều thứ thuốc cỏ, làm thành một thứ trà mát không còn mùi vị của bơ. Nhưng thầy biết rằng rồi đây thế nào vua cũng nhận ra mình bị gạt, vì khi uống vào bụng rồi thì vua sẽ biết là bơ. Thầy lại biết vua là một người nóng giận, chắc khi ấy thế nào cũng truyền lệnh xử tử thầy, nên thầy phải tính trước, liệu bề xa chạy cao bay. Thầy suy nghĩ như vậy, rồi vào tâu với vua rằng: "Tâu bệ hạ! Bọn lương y chúng tôi thường hay đi lấy thuốc nhằm những giờ bất thường, vậy xin bệ hạ cho phép kẻ hạ thần được tùy tiện đi khắp các nơi để tìm thuốc mà dâng lên bệ hạ." Vua chuẩn y, liền truyền lệnh cho thầy được tùy tiện muốn đi đâu thì đi, không ai được ngăn cản. Khi ấy, thầy dâng thuốc cho vua uống xong, liền thẳng ra tàu ngựa, chọn một con ngựa có tài chạy nhanh hơn hết, là con ngựa cái tên La-ra-hoa-ty-ca, có thể đi một ngày đến năm mươi dặm. Thầy lên lưng ngựa rồi, nhanh chóng ra khỏi thành thẳng đường chạy suốt. Chẳng bao lâu thuốc thấm, vua biết mình đã uống bơ. Vua giận lắm, truyền rằng: "Sĩ-hoa-ca đã cho ta uống bơ. Vậy các ngươi tức tốc đi tìm nó về đây cho ta."

Người hầu tâu rằng: "Tâu bệ hạ! Thầy ấy đã cưỡi con ngựa La-ra-hoa-ty-ca mà ra khỏi thành rồi." Vua liền cho đòi một người tướng giỏi tên là Cát-ka, có tài đi nhanh gấp 10 lần người thường. Vua phán: "Này Cát-ka, khanh hãy đi nhanh theo cho kịp Sĩ-hoa-ca và làm thế nào đưa hắn trở lại đây, nói rằng trẫm muốn gặp hắn. Nhưng phải thận trọng, vì hắn là người nhiều mưu lắm kế. Nếu hắn có mời khanh ăn uống món gì thì nhớ là không được ăn." Cát-ca vâng lệnh ra đi, theo kịp Sĩ-hoa-ca, và gặp lúc thầy đang ngồi ăn một cách rất bình tĩnh. Thầy lại mời rằng: "Mời ông ăn với tôi."

"Dạ không, bệ hạ đã có lời dặn tôi không được ăn những thức ăn mà thầy mời."

Lúc ấy, thầy Sĩ-hoa-ca đang ăn một trái xoài và uống nước. Trong móng tay thầy có sẵn một chút thuốc, thầy khéo léo để thuốc vào miếng xoài và mời Cát-ka ăn. Anh ta thấy thầy ăn ngon lắm mà không có việc gì, nên yên tâm cầm lấy ăn. Nhưng ăn chưa được nửa miếng và uống nước vào liền bị xây xẩm và mửa ra dữ dội. Anh ta sợ quá than khóc rằng: "Thầy ôi! Chắc tôi chết quá, xin thầy cứu tôi!"

Sĩ-hoa-ca nói: "Không sao đâu, không bao lâu rồi sẽ tự khỏi. Còn bây giờ, tôi vì vua đang giận muốn bắt tôi mà giết, nên tôi phải chạy xa. Ông về nói lại với đức vua là tôi đi không trở lại nữa."

Thầy nói rồi, để con ngựa quý lại cho Cát-ka và thẳng đường đi nhanh về thành Vương-xá.

Tới nơi, thầy thuật lại với vua. Vua khen thầy là người mưu trí tuyệt vời. Còn ở nước kia, tuy nhà vua tức giận trong một lúc, nhưng rồi cũng nguôi dần, lại được dứt bệnh nên vua đổi giận làm vui. Chính lúc trước giận bao nhiêu, bây giờ lại vui bấy nhiêu và nhớ đến ơn thầy trị bệnh. Vua liền phái sứ sang thành Vương Xá, mời Ngự y trở lại để vua ban thưởng, muốn vật chi vua cũng ban thưởng cho. Nhưng thầy không đi nữa, và nói rằng vua muốn ban thưởng vật gì cũng được. Vua liền gửi sang biếu thầy hai cây gấm rất đẹp. Thầy nhận lãnh nhưng không dùng mà dâng cúng Phật, vì thầy cho rằng ngoài đức Phật và vua Tần-bà-sa-la, không còn ai xứng đáng để mặc y phục bằng gấm cả.

Sĩ-hoa-ca không chỉ là vị lương y danh tiếng, được vinh dự lo việc trị bệnh cho vua và các vị đệ tử của Phật, mà ông còn là một người có tín tâm sâu vững. Ông thường cúng dường Phật và chư tăng từ những món quý giá cho đến cả những vật dụng cần dùng hằng ngày. Ông cũng góp phần giáo hóa dân chúng trong thành cũng như khắp các vùng quê nơi ông đến trị bệnh, làm cho rất nhiều người phát tâm quy y Tam bảo và nương theo đạo Phật.

MẸ CHẾT CON SỐNG

Thuở ấy, Phật đang ở trong vườn Kỳ Thọ Cấp Cô Độc, gần thành Xá Vệ, với chúng đệ tử một ngàn hai trăm năm mươi người.

Lúc đó, có một vị vua tin theo đạo Bà-la-môn, hết lòng tin cậy nơi các thầy Bà-la-môn. Vua có một người phi tần trẻ tuổi, xinh đẹp, được vua yêu thương nhất. Bà này có thai, sắp đến kỳ sanh nở. Những phi tần khác của vua đem lòng ganh ghét bà này, lấy vàng bạc mua chuộc một thầy Bà-la-môn, bảo thầy tìm cách mà hại bà ấy.

Thầy Bà-la-môn nhận vàng bạc rồi, một hôm tìm đến gặp vua tâu rằng: "Người phi tần đang có thai là một người kém đức lắm. Nếu sanh con ra sau này sẽ có hoạ lớn trong nước."

Vua nghe mấy lời ấy, lấy làm sợ sệt, mới hỏi thầy Bà-la-môn rằng: "Bây giờ phải làm sao?" Thầy Bà-la-môn đáp: "Chỉ có một cách thôi, là phải giết cả hai mẹ con đi thì mới khỏi hoạ."

Vua nói: "Mạng sống con người ta quý giá lắm, làm sao trẫm có thể vô cớ giết đi cho được?" Thầy Bà-la-môn nói: "Nếu không làm việc ác nhỏ, về sau thế nào bệ hạ cũng phải mắc hoạ to, ắt sẽ phải mất nước và bỏ mạng."

Vua tin theo những lời ấy của thầy Bà-la-môn, nên người phi tần đang sắp sanh nở phải bị chết oan. Người ta đem chôn bà sơ sài ngoài bãi đất hoang. Không ngờ đứa con trong bụng bà không chết mà tự chui ra được. Nó sống trong mồ, ôm lấy phân nửa thân mình của người mẹ chưa tan rã mà mút lấy sữa. Nhờ vậy mà được sống sót. Rồi như một phép lạ, nó chui theo kẽ đất mà ra khỏi mồ, bò lê trong bãi đất hoang, ăn những sâu bọ rễ cây, uống những sương móc mà lớn lên.

Đến năm được ba tuổi, nó lân la về các xóm làng gần đó, được người ta thương cho ăn mà sống, tối lại quay về ngủ ở bên mồ mẹ nó.

Khi đứa nhỏ được sáu tuổi, đức Phật từ bi biết hết thảy câu chuyện thương tâm của mẹ con nó, lại biết đã đến lúc có thể cứu nó thoát khỏi cuộc sống u tối xưa nay. Ngài liền cùng với các vị đệ tử tìm đến bãi đất hoang nơi nó sinh sống, gọi nó đến và hỏi rằng: "Con là con cái nhà ai?" Đứa nhỏ vừa nhìn thấy đức Phật với dáng vẻ từ bi hoan hỷ thì vui mừng lắm, nó đáp: "Con từ nhỏ lớn lên không biết cha mẹ. Hằng ngày về xóm xin ăn, tối lại về đây ngủ. Hôm nay gặp được ngài, xin ngài cho con theo với." Phật lại hỏi: "Con muốn theo ta làm gì?" Nó đáp: "Con muốn được như các vị đệ tử của ngài đây. Xin ngài nhận cho."

Đức Phật liền nhận đưa nó về tinh xá. Khi nhìn thấy chúng tăng oai nghi, phúc hậu, nó càng lấy làm thích lắm. Nó thưa với Phật rằng: "Con cũng muốn được làm một vị sư." Phật liền dùng tay vuốt tóc nó, tóc liền rụng hết, và có một bộ áo cà sa hiện ra trên thân nó. Đức Phật lại đặt pháp danh cho là Siêu Tử.

Thầy Siêu Tử tu hành tinh tấn, lại thông minh sáng dạ, nghe đâu hiểu đấy, nên tư tưởng thầy tiến bộ rất nhanh chóng. Trong bảy ngày, thầy thông hiểu đạo lý và chứng được quả A-la-hán, có đủ thần thông tự tại.

Một hôm, đức Phật gọi thầy Siêu Tử đến dạy rằng: "Con đã giải thoát khỏi mọi phiền trược của thế gian rồi. Nay ta cho con biết rằng cha của con là một vị quốc vương, xưa nay vẫn tin theo ngoại đạo tà kiến. Con nên đến đó tìm cách mà cứu độ cho vua cha."

Thầy vâng lời, cung kính lễ Phật rồi lui đi. Rồi thầy dùng thần thông hiện đến trước cung vua, xin được vào ra mắt đức vua. Quân hầu vào tâu rằng: "Bên ngoài có một vị sa-môn muốn được gặp bệ hạ." Vua liền cho vào.

Hai bên chủ khách chào hỏi xong, nhà vua liền đến đứng trước thầy và hỏi: "Bạch thầy, trẫm có một việc lo buồn, không phải nên làm thế nào?"

Thầy Siêu Tử hỏi: "Bệ hạ lo buồn việc việc chi?"

Vua nói: "Trẫm nay đã lớn tuổi, không còn sống được bao lâu, mà vẫn chưa có người kế vị. Vì thế nên trẫm lo buồn."

Thầy Siêu Tử nghe vua nói lời ấy xong thì bỗng nhiên thầy bật cười. Vua lấy làm giận, sai quân đuổi ra. Quân lính đến lôi thầy đi, thầy liền hiện thân bay lên hư không, đứng giữa hư không, rồi hiện ra nhiều phép thần biến khác, làm cho mọi người đều trông thấy. Vua thấy vậy lấy làm khiếp sợ, lấy làm hối hận, nói rằng: "Trẫm thật là người có mắt không tròng, chẳng phân chân giả. Nay đại đức có gì chỉ dạy xin nói ra cho."

Thầy Siêu Tử từ trên hư không lại hiện xuống trước mặt vua và nói: "Này bệ hạ, như có người đang đói khát, lại mang những món cao lương mỹ vị sẵn có trong nhà mình ra vất bỏ ngoài bãi đất hoang, rồi đi than vãn với mọi người rằng: Tôi đói quá! Tôi đói quá! Bệ hạ nghĩ sao về người ấy?"

Vua nói: "Ấy thật là người ngu xuẩn và chuyện ấy thật đáng buồn cười."

Thầy Siêu Tử nói: "Bệ hạ cũng không khác chi người ấy. Từ bao lâu nay vẫn mong cầu một đứa con trai nối nghiệp, thế mà có người phi tử sắp hạ sanh vương tử lại đem giết bỏ chôn ngoài bãi đất hoang, nay lại than vãn lo buồn về nỗi không con cái, há chẳng đáng cười lắm sao?"

Vua nghe nói tái mặt, vừa sợ vừa buồn, nhớ lại tội ác đã làm, liền nói: "Đại đức quả là thần thông diệu trí, có thể biết hết cả mọi chuyện trong thâm cung. Trẫm năm xưa làm việc ác độc ấy cũng là vì tin theo lời các thầy Bà-la-môn, nay nghĩ lại hối hận thì chuyện đã rồi. Xin đại đức nghĩ cách cứu độ cho."

Thầy Siêu Tử nói: "Lời nói của thầy Bà-la-môn là vô căn cứ, bệ hạ lại mù quáng tin theo. Trong việc này bệ hạ không phải là không có lỗi. Nay muốn cải tà quy chánh thì vẫn còn kịp đó. Mong bệ hạ sớm biết tìm đường ngay nẻo thẳng mà đi."

Vua quỳ xuống thưa rằng: "Lời đại đức dạy thật là thấu tình đạt lý. Từ nay trẫm xin được quy y theo đại đức."

Thầy Siêu Tử nói: "Bần tăng tuy đã đạt được quả vị giải thoát, nhưng hãy còn kém xa đức Phật. Nay Phật đang còn tại thế, bệ hạ nên đến quy y với ngài."

Ngay khi đó, vua ra lệnh cho quan quân chuẩn bị long xa để vua ngự đến tinh xá lễ Phật.

Đến nơi, vua cung kính lễ Phật, phát nguyện quy y Tam bảo và giữ theo Ngũ giới, làm người cư sĩ tu tập tại gia.

Phật dạy rằng: "Này đại vương, sa-môn Siêu Tử đây chính là con của người vợ có thai mà ngài đã giết, vì tin theo lời ác của một thầy Bà-la-môn. Người mẹ đã chết chôn dưới mộ, nhưng may là đứa con đã đủ tháng tự chui ra. Nhờ có phân nửa thân mình người mẹ chưa phân rã, vẫn còn sữa mà đứa con được bú. Khi lên sáu tuổi, nó theo ta mà học đạo. Nay trở thành sa-môn Siêu Tử đây."

Vua nghe mấy lời của Phật, hiểu ra sự thật thì càng lấy làm sợ hãi. Phật lại kể tiếp cho vua nghe một câu chuyện như thế này:

Ngày trước có một vị vua tên Phu-sô-ta. Trong nước ông ta có một người dân nghèo không nhà cửa, thường ngày đi làm thuê cho các nhà giàu. Người ấy thường giữ việc dắt bò ra cho ăn ngoài đồng. Khi thấy nhân dân trong nước cung kính các vị sa-môn, người ấy mới theo hỏi rằng: "Vì sao các ông cung kính những vị ấy?" Họ đáp: "Chúng ta thờ Phật, trọng tăng, ngày sau sẽ được hưởng phúc." Người ấy lại hỏi: "Hưởng phúc như thế nào?" Họ đáp: "Người nào có lòng lành, thường cúng dường các vị sa-môn, thì ngày sau dù ở đâu cũng được yên ổn, lại được kẻ khác thương mến, kính trọng và không gặp nạn khổ."

Khi đó, người ấy tự nghĩ rằng: "Ta cũng rất muốn cúng dường các vị sa-môn để ngày sau được hưởng phúc, nhưng ta nghèo quá, phải đi giữ bò thuê cho người. Chính mình không có đủ thức ăn hằng ngày, thì lấy gì mà cúng dường cho các vị sa-môn?"

Rồi người ấy lại nghĩ: "Được rồi, ta có thể vắt lấy sữa bò mà cúng dường." Nghĩ sao làm vậy, người ấy lấy lòng thành mà vắt lấy sữa bò cúng dường cho các vị sa-môn. Các vị ấy thọ nhận rồi chú nguyện rằng: "Nguyện cho nhà ngươi được hưởng phước đời đời!"

Từ đó về sau, trải qua nhiều kiếp luân hồi, người ấy luôn được hưởng nhiều phước lành. Cho đến một đời kia, người ấy được làm vua, trong lúc đi săn với triều thần có hoàng hậu đi theo. Đi chưa đến rừng, thấy một con bò cái giữa đồng. Hoàng hậu từ trước chưa đi săn bao giờ nên bảo mấy người thợ săn bắn nó cho mình xem. Vua ngần ngừ, nói: "Ấy là bò của dân nuôi, chẳng phải bò rừng. Vả lại, không nên giết bò cái, e là nó đang có mang." Nhưng hoàng hậu không nghe, bảo thợ săn bắn chết con bò.

Ngay lúc đó, người chủ bò đến, thấy con bò cái đang có mang của mình đã bị bắn chết, liền rọc bụng đem được con bò con còn sống ra mà nuôi. Người ấy lấy làm oán giận, thề rằng: "Vô cớ mà giết bò của ta, ngày sau ta thề phải trả thù này."

Nhà vua thuở ấy, sanh ra làm Siêu Tử đây, phải chịu cái khổ chưa ra khỏi lòng mẹ mà mẹ đã chết rồi, vì ngày trước không cản được hoàng hậu để cho con bò con phải sinh ra mà không có mẹ. Hoàng hậu thuở ấy tâm địa ác độc, muốn giết con bò mẹ chỉ để xem chơi, nay sanh làm mẹ của Siêu Tử, phải bị người ta giết oan để trả mối nợ cũ. Còn thầy Bà-la-môn xúi giục vua giết mẹ thầy, ấy là người chủ con bò cái ngày trước, vì lòng oán hận mà đeo đuổi theo nhau để trả thù. Nhưng thầy Siêu Tử sở dĩ muôn phần chắc chết mà vẫn còn sống được, là nhờ đời trước đã có lòng thành dâng sữa cúng dường cho các vị sa-môn.

Phật dạy: "Nhân quả ở đời như bóng theo hình, không hề sai chạy. Người làm lành tất phải được hưởng phước, người làm ác tất phải mang lấy hoạ."

Vua nghe Phật thuyết xong, hiểu thấu lý nhân quả, tín tâm sâu vững, chứng được quả Tu-đà-hoàn là quả đầu tiên trong bốn Thánh quả. Những người theo vua đều phát tâm thọ trì Ngũ giới, tu pháp Thập thiện (mười điều lành).

NGƯỜI THỢ TIỆN
VÀ NGƯỜI THỢ VẼ

Thuở xưa, ở một vùng về phía bắc Ấn Độ có anh thợ tiện rất tài tình. Anh ta tiện ra được một tượng mỹ nhân bằng gỗ rất xinh đẹp. Khi lấy áo quần mà mặc vào, lấy đồ nữ trang đeo vào, thì trông giống hệt như người thật. Anh lại khéo léo đặt những máy móc bên trong tượng gỗ ấy, làm cho mỹ nữ của anh có thể cất tay dở chân, đi lại uyển chuyển như người thật.

Cũng vào thời ấy, ở một vùng về phía nam Ấn Độ, có một anh thợ vẽ đại tài. Anh có thể vẽ rất nhanh, mà vẽ ra hình tượng gì cũng sinh động và giống hệt như cảnh thật.

Anh thợ tiện nghe tiếng anh thợ vẽ, mới sắp đặt một bữa yến tiệc và mời anh thợ vẽ đến chơi. Khi nhập tiệc, anh thợ tiện đặt tượng mỹ nữ đứng gần, rồi khéo léo điều khiển mỹ nữ bưng rượu dâng lên, thỉnh thoảng lại bước đi mấy bước ra chiều duyên dáng, uyển chuyển như thật. Hai người cùng nhau ăn uống vui vẻ.

Quả nhiên, anh thợ vẽ thật sự bị lầm. Trong suốt cuộc vui anh cứ thỉnh thoảng đưa mắt nhìn mỹ nữ, càng nhìn càng thấy đẹp, càng đem lòng say đắm. Anh thợ tiện thấy bộ dạng ấy thì biết là anh thợ vẽ đã bị lừa, lấy làm khoái chí. Anh mới kéo dài cuộc vui cho đến tận đêm khuya. Rồi anh vờ kiếu từ về phòng mình nghỉ, viện cớ nhà chật chội nên kê một cái giường để lưu anh thợ vẽ nghỉ lại ngay trong phòng khách. Rồi anh để tượng mỹ nữ ở đó mà đi.

Chủ nhà đi rồi, anh thợ vẽ hí hửng được một dịp hiếm có để gần gũi mỹ nhân cho thỏa lòng. Anh mới lên tiếng chòng ghẹo mấy câu, thì thấy cô nàng vẫn cứ lặng thinh đứng yên. Anh ngỡ là mỹ nhân quá e thẹn nên không dám mở lời, liền bước lại gần nắm lấy tay nàng. Chừng đó anh mới nhận ra là một pho tượng gỗ. Anh thợ vẽ khi ấy vừa buồn cười, vừa hổ thẹn, vì biết là chủ nhà cố ý đánh lừa mình.

Khi ấy, anh thợ vẽ suy nghĩ và nói rằng: "Chủ nhà cố ý đánh lừa ta, ta phải nghĩ cách đáp lại mới được."

Anh nghĩ ra được một kế, mới đến chỗ vách phòng vẽ hình mình với áo quần mình đang mặc, và vẽ một sợi dây phía trên, nhìn vào giống hệt như người đang treo cổ tự vẫn. Vẽ xong, mới đóng cửa lại mà chui xuống gầm giường.

Rạng sáng, chủ nhà thức dậy bước ra, thấy một cánh cửa bên phòng khách chưa đóng liền đến ghé mắt nhìn vào. Bỗng anh chết điếng cả người vì nhìn thấy khách đã thắt cổ tự vẫn ngay trong phòng. Chủ nhà lấy làm sợ hãi, nghĩ rằng: "Thôi chết rồi, mình chỉ cốt làm chuyện đùa cợt cho vui, ngờ đâu anh ta thất chí đến nỗi tự vẫn, chuyến này phải mang lấy họa lớn vào thân mất rồi."

Anh liền hối hả đi tìm một con dao, xô cửa phòng vào, chạy thẳng đến chỗ hình vẽ, tay cầm dao toan cắt sợi dây mà đưa xác chết xuống. Khi ấy, anh thợ vẽ mới từ dưới dưới giường bò ra cười lớn. Anh thợ tiện bị lừa, lấy làm xấu hổ.

Anh thợ vẽ khi ấy mới cười nói rằng: "Anh đã gạt được tôi, giờ tôi cũng đánh lừa được anh, xem như chúng ta hòa nhau vậy."

Chủ với khách đều không ai kém ai, đều phục tài của nhau, kết thành đôi bạn thân thiết. Khi ấy, hai người mới bàn với nhau rằng: "Trong cuộc đời này, người ta vẫn thường tìm đủ mọi cách khéo léo, tinh vi để dối gạt lẫn nhau, ngẫm kỹ ra có khác nào câu chuyện vừa rồi của hai anh em ta."

Rồi hai người cùng thấy được sự giả tạo trong những việc tranh nhau ở đời, cùng thấy được những công danh quyền thế đều chỉ như bọt nước, như sương tan, liền cùng nhau dứt hết sự quyến luyến ở cõi trần mà tìm đến xuất gia theo Phật.

HỌC PHẢI SUY XÉT

Thuở xưa, có hai người bạn cùng học một thầy. Một hôm, hai người cùng đi qua một xứ kia. Đi đường, thấy dấu chân một con voi. Một người dừng lại quan sát chung quanh rồi nói: "Con voi này là voi cái, bị mù con mắt bên phải, đang có thai con voi con cũng là voi cái, trên lưng nó có một người đàn bà cũng đang mang thai một bé gái."

Người kia lấy làm lạ, hỏi: "Sao anh biết?"

"Tôi biết là nhờ những điều thầy dạy và sự suy xét của tôi. Nếu anh không tin thì hai ta cùng đi tìm hiểu xem có đúng vậy chăng."

Hai người liền đi nhanh đến, gặp được con voi, thì đúng như lời anh kia đã nói. Ấy là con voi cái có mang, bị mù mắt phải, lại chở trên lưng một người đàn bà cũng đang có thai. Hơn thế nữa, về sau voi sanh ra con đúng là voi cái, người đàn bà cũng sanh ra một bé gái.

Thấy anh kia đoán định chính xác như vậy, anh bạn cùng học mới than rằng: "Chúng ta cùng học một thầy, sao tôi lại không biết, còn anh thì giỏi đến thế!"

Đến khi về, người ấy mới vào thưa với thầy: "Bạch thầy, hai anh em chúng con cùng đi trên đường, gặp dấu chân voi. Anh bạn con đây xét đoán biết được đủ điều, không mảy may sai lệch. Còn con vì sao không thể biết được. Phải chăng những gì thầy dạy cho chúng con chẳng được đồng đều như nhau?"

Ông thầy liền hỏi anh học trò giỏi xét đoán rằng: "Làm sao mà con biết được những điều ấy?"

71

"Bạch thầy, con nhờ những điều thầy dạy lâu nay, kết hợp với sự suy xét của mình mà biết được. Khi so sánh chỗ dấu chân voi với chỗ có nước tiểu voi, con biết là voi cái. Con xem dấu chân voi lún sâu hơn bình thường, nên biết là nó có mang, lại dấu chân bên phải lún xuống sâu hơn, con biết đó là có chửa voi cái. Con thấy cỏ ở phía bên phải còn y nguyên, con biết là nó bị mù mắt phải nên không thấy chỗ cỏ ấy, con thấy có thêm dấu nước tiểu gần chỗ voi ngừng, bên cạnh có dấu chân người, nên con biết voi có chở người. Lại so sánh dấu chân với dấu nước tiểu, con biết đó là một người đàn bà. Con thấy dấu chân người đàn bà lún xuống sâu hơn bình thường, nên biết là bà ta đang có thai, lại thấy dấu chân bên phải lún sâu hơn dấu chân bên trái, nên con biết người ấy đang mang thai một bé gái. Những lẽ ấy đều là nhờ thầy dạy mà biết, rồi con xét đoán theo với những gì nhìn thấy mà hiểu được mọi việc."

Ông thầy nghe xong, mới hỏi anh học trò kia rằng: "Những lý lẽ mà bạn con vừa nói, ta có dạy cho con hay chưa?" Anh kia hổ thẹn nói: "Thưa thầy, đã có dạy."

Ông thầy từ tốn nói: "Trong việc học, hết thảy những nghĩa lý sâu xa người học đều phải biết suy xét cho thấu đáo. Phải biết vận dụng sự hiểu biết của mình mà suy xét theo những gì xảy ra trong thực tế. Nhờ vậy mới thấy được chỗ có ích của việc học. Nếu chỉ học thuộc lòng những nguyên tắc, lý lẽ, mà thiếu sự suy xét, ứng dụng, thì rốt cùng học cũng chẳng ích gì. Rồi có khi quay lại trách thầy, mà thầy nào có giấu giếm chi đâu!"

LỄ VU LAN

Lúc ấy, đức Phật ngự trong vườn Kỳ Thọ Cấp Cô Độc, gần thành Xá Vệ. Đại đức Mục-kiền-liên (*Mahāmaudgalyāyana*) là vị đệ tử lớn của Phật, đã chứng đắc được Lục thông, dứt bỏ hết mọi triền phược của thế gian. Trong một buổi tham thiền, ngài dùng thần nhãn mà quan sát khắp trong ba cõi, mới nhìn thấy mẹ mình trước đây là bà Thanh-đề hiện đang phải chịu làm thân quỷ đói trong địa ngục. Ngài đau xót hiện đến tận nơi bưng cơm dâng cho mẹ. Bà Thanh-đề lòng đầy tham lam, vừa nhận được bát cơm liền lấy một tay che lại (vì sợ những quỷ khác giành lấy), còn tay kia bốc ăn. Lòng tham ấy làm cho cơm vừa tới miệng bà liền hóa thành than lửa, không thể ăn được.

Ngài *Mục-kiền-liên* không sao cứu được mẹ, liền quay về bạch Phật, cầu xin cứu hộ. Đức Phật dạy rằng: "Mẹ ông tội nghiệp rất nặng, phải nhờ đến sự hộ niệm và oai đức của chư tăng mười phương mới có thể cứu được."

Phật liền dạy ông nhân ngày rằm tháng 7 là ngày Tự tứ, chư tăng khắp nơi vừa trải qua 3 tháng an cư chuyên tâm tu tập, nên thiết lễ cúng dường để nhờ sự cầu nguyện chung của các vị. *Mục-kiền-liên* theo lời Phật dạy, thiết lễ cúng dường chư tăng. Quả nhiên, sức mạnh chú nguyện của chư tăng sau đó đã cảm hóa được mẹ ngài, ngay trong ngày ấy thoát thân ngạ quỷ được sinh về cõi trời.

Mục-kiền-liên theo lời Phật dạy cứu được mẹ ra khỏi thân ngạ quỷ, trong lòng lấy làm vui mừng hoan hỷ, liền đứng giữa đại chúng mà thưa hỏi Phật rằng: "Bạch đức Thế Tôn, nay mẹ con đã nhờ sức chú nguyện của chư tăng mười phương nên được thoát khỏi thân ngạ quỷ. Từ nay về sau, nếu những ai có lòng hiếu thảo, thành tâm dâng lễ cúng dường chư tăng vào ngày rằm tháng bảy, chẳng biết có thể nhờ đó mà cứu độ được cha mẹ hay chăng?"

Phật dạy: "Lành thay, Mục-kiền-liên! Điều ông muốn hỏi cũng là điều ta muốn nói. Này thiện nam tử, về sau những đệ tử của ta, dù là xuất gia hay tại gia, dù là hàng quan tước hay thứ dân, bất kỳ là ai cũng đều nên giữ hạnh hiếu từ đối với cha mẹ đời này và đối với ông bà cha mẹ trong bảy đời đã qua. Đến ngày rằm tháng bảy, là ngày Tự tứ của chư tăng, nên sắm sửa các thứ lễ vật mà dâng cúng chư tăng mười phương. Như vậy có thể cầu nguyện cho cha mẹ hiện tiền được sống lâu, hưởng nhiều phước lạc, tránh khỏi những sự đau ốm và các điều khổ não hoạn nạn. Nhân đó, cha mẹ trong bảy đời trước cũng nhờ sức chú nguyện mà được thoát khỏi các đường ác như địa ngục, ngạ quỷ, súc sanh, được sanh làm người hoặc sanh lên cõi trời, được hưởng sự an vui, hạnh phúc."

Rồi Phật lại dạy rằng: "Trong hàng đệ tử của ta, tất cả đều phải giữ lòng hiếu thuận và tôn kính cha mẹ ông bà, phải biết tưởng nhớ đến công ơn sanh thành dưỡng dục và thờ kính ông bà, tổ tiên. Hằng năm, đến rằm tháng bảy, phải vì lòng hiếu thảo, vì lòng biết ơn cha mẹ ông bà, đến dâng lễ vật cúng dường chư tăng, để nhờ các vị chú nguyện cho cha mẹ hiện tiền và cha mẹ trong bảy đời đã qua. Làm như thế là để đền đáp công ơn sanh dưỡng của cha mẹ. Cho nên, tất cả đệ tử cần phải vâng giữ theo pháp này."

Mục-kiền-liên và bốn chúng đệ tử của Phật nghe Phật giảng xong pháp này đều vui mừng tin nhận và làm theo.

Ngày lễ này xưa được gọi là hội *Vu-lan-bồn. Vu-lan-bồn* (盂蘭盆) là từ do người Trung Hoa phiên âm từ tiếng Sanskrit là *Ullambana*. Ta đọc theo âm Hán Việt, lâu dần Việt hóa, không xem là từ phiên âm nữa, nên thông thường vẫn gọi là lễ Vu Lan. Cũng danh từ này, người Trung Hoa dịch theo nghĩa là *cứu đảo huyền* (救倒懸), nghĩa là *cứu nỗi khổ bị treo ngược*. Bị treo ngược ở đây chỉ nỗi khổ cùng cực mà những người tạo nhiều ác nghiệp phải chịu đựng nơi địa ngục. Vì thế, *Vu-lan-bồn* hiểu theo nghĩa đầy đủ là nghi thức lễ cúng và cầu nguyện để cứu độ những người đang chịu nỗi khổ cùng cực nơi địa ngục.

Từ đó đến nay đã mấy ngàn năm, hàng Phật tử vẫn duy trì pháp này. Mỗi năm, đến ngày rằm tháng bảy, ở hầu hết các nước Á Đông, đại lễ Vu Lan được tổ chức rất lớn. Nhiều đàn tràng được lập ra và hàng Phật tử ai ai cũng tùy theo sức mình mà sắm sửa lễ vật dâng lên cúng dường chư tăng.

KẺ DỐT HAY CÃI

Lúc ấy, đức Phật ngự trong vườn Kỳ Thọ Cấp Cô Độc, gần thành Xá Vệ. Một hôm, chư tăng ôm bình bát đi vào thành Xá Vệ mà khất thực. Trời chưa đúng ngọ, các vị mới bàn với nhau rằng: "Bây giờ còn sớm, ta khoan vào thành. Tốt hơn ta nên vào nghỉ trong căn phòng trống ở đằng kia, chờ một lát nữa hãy vào thành."

Mọi người đều đồng ý, cùng nhau kéo vào căn phòng trống để tạm nghỉ trong chốc lát. Không ngờ đó là phòng giảng thuyết của một nhóm Bà-la-môn. Các vị sa-môn liền chào hỏi các thầy Bà-la-môn rồi đến chỗ có ghế trống mà ngồi.

Lúc ấy, các thầy Bà-la-môn đang tranh cãi với nhau rất dữ dội về những nghĩa lý trong kinh điển của họ. Trong khi tranh cãi, chẳng ai chịu nhường ai, người nào cũng nhận là mình đúng, nên thành ra càng lúc càng căng thẳng hơn. Một thầy nói rằng: "Ta nói đây là đúng theo đạo lý mà ta đã hiểu thấu, còn các người nói đó, làm sao lại gọi là đạo lý?"

Một thầy khác nói: "Ta nói đây là đúng theo đạo đức, tư tưởng của ta là đáng được thi hành, còn tư tưởng của các người không đáng thi hành, việc phải nói trước, các người lại nói sau, còn việc phải nói sau, các người lại đem ra nói trước. Theo đạo đức triết lý thì các người đều sai lầm."

Một thầy khác cũng không vừa, ra bộ hung dữ quát thét rằng: "Các người chỉ là cãi bướng mà không hiểu nghĩa, như vậy thì tranh cãi mà làm gì? Rõ thật là dốt mà muốn bàn đạo lý, làm sao hiểu thấu? Việc học hỏi của các người không ra gì, dốt nát vô cùng, nếu gặp người cật vấn thì liệu phải đối đáp làm sao?"

Cả bọn tranh cãi gay gắt một hồi, không ai nhường ai, cho đến lúc tất cả đều giận dữ, bực tức, rồi họ xô vào ẩu đả, đánh đập, đâm chém nhau, gây nên một trận hỗn chiến rất kịch liệt, càng ngày càng hăng máu hơn nữa.

Các vị sa-môn thấy công cuộc ẩu đả như vậy thì lặng lẽ đứng dậy lui ra, cùng nhau vào thành khất thực. Khất thực xong, trở về tinh xá, các vị mới đem chuyện vừa qua thưa hỏi Phật rằng: "Bạch đức Thế Tôn, chúng con thấy rằng những người Bà-la-môn ấy cũng có chí cố gắng học hỏi, muốn tìm thấu chân lý, nhưng không hiểu theo cách ấy thì đến bao giờ họ mới đạt được chân lý, xin đức Thế Tôn từ bi chỉ dạy cho."

Phật dạy rằng: "Những người ấy, không chỉ là ngu dốt tối tăm ở một đời này mà thôi đâu."

Rồi Phật kể cho chư tỳ-kheo nghe câu chuyện sau đây:

Thuở xưa, có một vị vua rất mộ đạo Phật. Vua học hiểu đạo rất nhiều, nhưng triều thần của vua phần đông không thông hiểu đạo lý. Họ không chịu nghiên cứu học hỏi kinh điển, chỉ lấy chỗ hiểu biết hẹp hòi của mình để phán đoán mọi việc. Vì thế mà họ thường tranh cãi nhau về tất cả mọi sự việc. Ai cũng cho là mình hiểu biết, không ai chịu lắng nghe người khác.

Đức vua muốn giúp cho họ bỏ đi cách nhìn hẹp hòi mà mở rộng tầm mắt, nên ngài nghĩ ra một kế rất hay. Vua truyền lệnh cho quan quân đi khắp nơi trong nước, tìm những người bị mù từ lúc mới sanh ra mà dẫn về thành.

Khi quan quân đưa các người mù về đến rồi, vua mới truyền triệu tập hết triều thần đến trước sân rồng để xem đám người mù. Rồi ngài sai dắt đến một con voi. Sau đó, vua bảo dắt từng người đến cho họ sờ vào con voi. Khi ai nấy đều đã được sờ vào con voi, vua truyền cho họ lui ra và lấy ghế cho bọn họ ngồi chờ.

Bấy giờ, con voi lớn lắm, nên trong đám người mù ấy chẳng ai sờ được hết con voi. Có người sờ được vào chân voi, có người lại tình cờ chạm phải cái đuôi, lại có người sờ nơi bụng voi; có người sờ vào hông, có người sờ lưng, có người lại sờ nhằm tai voi, kẻ khác nữa lại sờ đầu, lại có kẻ sờ nhằm ngà voi, vòi voi...

Chờ bọn họ đã ngồi yên chỗ, đức vua mới truyền cho người ra hỏi rằng: "Vừa rồi, tất cả các ngươi đều đã được sờ vào con voi. Bây giờ, từng người hãy theo chỗ biết của mình mà mô tả cho ta nghe xem hình dạng con voi là như thế nào. Ai nói đúng sẽ được trọng thưởng."

Đám người mù đều nhao nhao lên, cho đó chuyện quá dễ, vì họ mới vừa được tận tay sờ vào con voi, đâu có xa lạ gì. Thế rồi, người thì nói: "Con voi giống như cây cột to." Người khác lại nói: "Con voi giống như cái chổi." Lại có người nói: "Con voi giống như cái mặt trống lớn." Người khác liền cãi lại: "Không phải, con voi giống như cái vách tường." Một người nữa từ nãy giờ vẫn chưa lên tiếng được, tức tối hét rằng: "Các anh nói sai cả rồi, con voi giống như cái quạt lớn..."

Thế rồi, cả bọn không ai chịu ai. Ai cũng kể chắc là mình nói đúng, còn những người khác là sai. Bọn họ cãi nhau ngày càng gay gắt, cho đến lúc lao vào ẩu đả, đánh đập nhau đến sứt đầu, lỗ trán vẫn không ai chịu nhường ai...

Khi ấy, vua truyền ngăn hết bọn họ lại, rồi mới nói rằng: "Tất cả các ngươi đều nói đúng với chỗ biết của mình. Nhưng con voi thì to, mà chỗ biết của các ngươi lại quá nhỏ, mỗi người chỉ nắm hiểu được một phần nhỏ của con voi mà thôi. Nay các ngươi không chịu lắng nghe học hỏi người khác, khăng khăng cứ cho rằng mình đã biết hết mọi chuyện, biết hết chân lý, rốt cùng các ngươi chẳng biết được gì cả."

Rồi vua sai quan quân đưa trả bọn họ ai về chỗ nấy và ban cho mỗi người một món tiền.

Bấy giờ vua mới quay sang các vị triều thần của mình mà dạy rằng: "Các khanh cũng giống như bọn người mù này. Chân lý của đạo Phật rất thâm sâu, vi diệu, các khanh không hề chịu nghiên tầm, học hỏi, chỉ cố chấp lấy chỗ hiểu biết nhỏ nhoi, hẹp hòi của mình, suốt ngày chỉ biết tranh cãi với nhau, rằng ta đúng, người sai... Ngẫm ra thật chẳng có ai nhận hiểu được chân lý cả."

Rồi vua mới đọc cho mọi người nghe bài kệ này:

Các ngươi không khác những người mù,
Không hiểu mà khoe thật quá ngu.
Biết một, tưởng mình là biết hết,
Trọn kiếp tranh nhau vẫn mịt mù.

Vua lại dạy rằng: "Những kẻ chỉ học theo những sách vở hẹp hòi, chưa từng tìm hiểu những kinh điển sâu xa, thâm thuý, không thể hiểu được chân lý của sự vật, những kẻ ấy có khác nào những người mù."

Rồi từ đó vua khuyến khích các quan lớn nhỏ trong triều đều nên tìm học kinh Phật và đến nghe chư tăng giảng pháp.

Phật dạy chư tỳ-kheo rằng: "Đức vua thuở ấy nay chính là ta. Những người mù thuở ấy nay là các thầy Bà-la-môn mà các ngươi đã gặp. Họ dốt nát lại càng dốt nát hơn chỉ vì sự tranh cãi vô bổ, không chịu lắng nghe học hỏi người khác. Và vì không chịu học hỏi kinh điển chân chánh nên họ cũng chẳng thể có được sự tiến bộ trên đường tri thức."

CHIA GIA TÀI

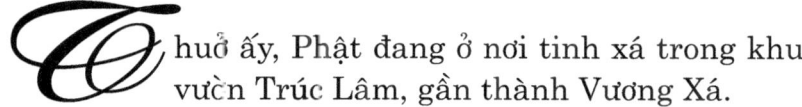huở ấy, Phật đang ở nơi tinh xá trong khu vườn Trúc Lâm, gần thành Vương Xá.

Có bốn anh em con nhà quý phái, cha mẹ vừa mất, cùng nhau tranh chia gia tài, mỗi người một ý không ai chịu ai.

Bấy giờ, họ gặp được trưởng lão Xá-lợi-phất, lấy làm mừng lắm, thưa rằng: "Anh em chúng tôi xin nhờ đại đức phân xử chuyện này, anh em tôi nguyện sẽ nghe theo lời đại đức mà không tranh cãi nữa."

Trưởng lão Xá-lợi-phất nhìn qua biết là 4 anh em này có thể độ vào cửa Phật, mới đáp rằng: "Tôi còn có thầy là đức Phật, là bậc cao quý nhất trong tam giới. Các anh em có thể theo tôi đến hầu ngài, thế nào cũng được một lời chỉ dạy thoả lòng."

Bốn anh em vâng lời, theo Xá-lợi-phất đến tinh xá trong vườn Trúc Lâm để bái kiến đức Phật. Phật nhìn thấy bọn họ từ xa thì mỉm cười, trên đỉnh đầu phóng ra những đạo hào quang năm sắc chói sáng chung quanh. Ấy là điềm lành ngài sắp hóa độ cho những kẻ có căn duyên với Phật pháp. Bốn anh em đến lạy chào Phật và bạch rằng: "Bạch đức Thế Tôn, bốn anh em chúng con khờ dại quá, gia tài cha mẹ để lại không biết chia nhau thế nào là hợp lý, xin ngài ban cho một lời để anh em chúng con thôi không tranh nhau nữa."

Phật dạy rằng: "Các người hãy lắng tai nghe câu chuyện này, rồi sau đó ta sẽ phân xử chuyện của các ngươi."

Rồi đức Phật kể cho họ nghe câu chuyện sau đây:

Thuở xưa, có một vị vua tên là Qui Liêu. Vua có bệnh nặng, ngự y xem bệnh bảo rằng nếu được sữa sư tử cái hoà với thuốc cho vua uống mới hết bệnh. Vua liền truyền rao khắp nước rằng: "Ai có thể tìm được sữa sư tử cái đem đến cho vua, vua sẽ chia phân nửa giang san và gả con gái út cho."

Có một người kia nghĩ là mình có thể lấy được sữa của sư tử cái, liền lên đường đi tìm. Người ấy vốn rất khôn ngoan, đa mưu túc trí. Ban đầu, anh ta vào tận rừng sâu, dò tìm cho được nơi sư tử thường hay về nghỉ. Kế đó, anh mới giết một con cừu, đem theo vài ché rượu ngon vào núi. Rồi anh chờ cho đến lúc sư tử đã đi khỏi, liền mang thịt cừu với rượu đặt vào trong hang.

Sư tử về, thấy thịt béo rượu ngon mới ăn uống no say và lăn ra ngủ li bì. Anh ta liền vào hang vắt lấy được sữa và ra về.

Đến chiều tối, đường về vẫn còn rất xa, anh ta mới ghé vào một làng kia mà nghỉ đêm. Lúc ấy, có một vị A-la-hán đi du phương cũng dừng nghỉ trong làng đó, tình cờ nằm gần anh ta. Đi đường mệt mỏi, anh ta đặt lưng xuống thì ngủ mê man. Vị A-la-hán khi ấy nhờ có thần thông quán chiếu nên thấy được trong khi anh ta đang say ngủ thì các bộ phận trong cơ thể anh ta bắt đầu tranh cãi nhau về công trạng vừa rồi, bộ phận nào cũng giành phần công lớn về mình.

Chân nói trước rằng: "Nhờ ta nên mới vào núi mà lấy được sữa sư tử." Tay cãi lại rằng: "Không có ta, làm sao mà vắt được sữa? Ấy chẳng phải là công lớn phải thuộc về ta hay sao?" Con mắt nói: "Nhờ có ta mới nhìn thấy được sư tử, công ta mới đáng là hơn hết." Lỗ tai lại nói: "Nếu không có ta thì làm sao nghe được lệnh vua để đi lấy sữa? Quả là công đầu phải về ta." Lưỡi nói: "Các anh cứ khoe tài mà đoạt công tôi đi. Thôi để ngày mai các anh sẽ thấy, sống chết do ai định đoạt thì biết."

Hôm sau, anh chàng đem sữa về đến kinh đô, vào tâu với

vua rằng: "Tôi đã vắt được sữa sư tử rồi, còn để ngoài thành chờ lệnh bệ hạ." Vua phán: "Đem vào cho trẫm xem có thật vậy chăng?"

Anh ta mang sữa vào. Vua vừa nếm sữa, thì cái lưỡi anh ta la lên rằng: "Đây không phải sữa sư tử, mà là sữa lừa." Vua nghe lời ấy, nổi trận lôi đình, hét lớn rằng: "Ngươi nói với ta là sữa sư tử, sao dám đem sữa lừa mà gạt ta?"

Vua liền truyền lệnh lôi ra chém ngay. Nhưng lúc ấy, vị A-la-hán ngủ gần với người hôm trước biết rõ mọi chuyện, ngài dùng thần thông hiện ra trước mặt vua, nói rằng: "Đây đúng thật là sữa sư tử. Tối hôm qua, bần tăng có nghỉ chung một chỗ với người này, được nghe các bộ phận trong cơ thể của người tranh nhau công đầu trong việc lấy sữa sư tử, ai cũng giành là phần của mình. Sau rốt, bần tăng có nghe cái lưỡi giận thốt lên rằng: 'Thôi để ngày mai các anh sẽ thấy, sống chết do ai định đoạt thì biết.' Bởi vậy cho nên bây giờ cái lưỡi nó muốn giành phần hơn mà hại chết các bộ phận khác. Bệ hạ cứ đem sữa mà pha với thuốc, nếu uống hết bệnh thì có thể biết chắc là sữa sư tử." Vua tin lời vị A-la-hán, liền lấy sữa hòa với thuốc mà uống, quả nhiên khỏi bệnh. Vua giữ lời hứa, gả công chúa út cho người tìm được sữa và chia cho người phân nửa giang san.

Bấy giờ, vị A-la-hán mới bảo vua rằng: "Trong cơ thể của một người, mà các bộ phận còn tranh công nhau như vậy, huống gì là cả muôn người, ai cũng muốn cũng đoạt phần hơn về mình thì khổ biết bao!."

Người kia được thoát chết, trong lòng vui mừng khôn xiết, liền phát tâm từ bỏ cuộc sống thế tục, không màng đến phần thưởng to tát mà vua vừa ban cho, chỉ theo xin vị A-la-hán nhận mình làm đệ tử. Nhờ thông minh, sớm trừ dứt mọi dục vọng, nên không bao lâu anh ta thông hiểu đạo lý và cũng chứng quả A-la-hán. Nhà vua cũng nhân dịp ấy mà hiểu được đạo lý của Phật, lấy làm vui mừng mà quy y Tam bảo, thọ trì Ngũ giới và tu hành theo Thập thiện đạo.

Bốn anh em nghe đức Phật kể xong câu chuyện ấy liền tỉnh ngộ, không còn nghĩ đến chuyện tranh nhau gia tài nữa. Họ xin được xuất gia tu hành theo Phật. Đức Phật khen rằng: "Lành thay! Lành thay!" Rồi ngài đưa tay sờ vào đầu họ, tức thì râu tóc đầu rụng sạch và áo cà-sa hiện ra trên mình họ. Lòng tham muốn đã dứt, không bao lâu cả bốn người bọn họ đều chứng quả A-la-hán.

Đại đức A-nan khi ấy thưa hỏi Phật rằng: "Bạch đức Thế Tôn, bốn người ấy có nhân duyên gì mà mới vừa nhập hàng tỳ-kheo chưa bao lâu đã thông hiểu đạo lý và chứng quả A-la-hán?"

Phật dạy rằng : "Thuở xưa, khi tôn giả Xá-lợi-phất là một tỳ-kheo thì bọn họ là bốn thương gia, cùng nhau mua một bộ áo mà cúng dường cho vị tỳ kheo ấy. Tôn giả Xá-lợi-phất thuở ấy có lời nguyện độ cho họ được giải thoát. Vì thế nên ngày nay họ được Xá-lợi-phất dẫn dắt đến đây và được giải thoát."

VẬT TRẢ ƠN, NHƠN TRẢ OÁN

Thuở trước, có một nước lớn kia, nhà vua nhờ học thông kinh điển nên hiểu biết rất sâu xa. Thấy rõ được sự giả tạm của cuộc đời, vua tự nghĩ rằng: "Một mai ta thác rồi, thân thể tan ra thành đất, cuộc danh lợi này còn có ý nghĩa gì đâu?"

Vua liền từ bỏ cung điện, xa nẻo lợi danh, dứt đường vui sướng, thọ pháp xuất gia làm một vị tỳ-kheo. Vị tỳ-kheo này tu hành tinh tấn, nghiêm trì giới luật, vào tận trong rừng sâu núi thẳm để chuyên tâm tu tập, có đến hơn ba mươi năm chưa từng trở lại chốn thị thành.

Một hôm, ngài đang ngồi thiền dưới một gốc cây lớn. Gần đó có một cái hang rất sâu không có đường lên. Bỗng có một anh thợ săn, vì ham đuổi theo mồi mà sẩy chân té xuống hang. Sáng hôm ấy anh vừa bắn được một con quạ và một con rắn, cùng nhốt trong cái túi vải đeo sau lưng cũng rớt theo xuống hang. Người thợ săn cất tiếng kêu la thảm thiết. Vị tỳ-kheo nghe tiếng kêu cứu dưới hang sâu, vội đi tìm một sợi dây dài thả xuống hang. Anh thợ săn nắm lấy dây mà trèo lên. Nhân khi té xuống hang, cái túi vải bị trầy rách nên quạ và rắn mới ngoi đầu ra được. Vị tỳ-kheo thấy thế liền mở túi cứu hai con vật ấy ra.

Bấy giờ, anh thợ săn quỳ lạy nói rằng: "Mạng sống của tôi may mà còn được là nhờ ơn lớn của ngài. Vậy tôi nguyện trọn đời ghi nhớ và dốc sức đền đáp."

Vị tỳ-kheo nói: "Ta trước đây là vua một nước lớn giàu mạnh. Lầu đài, dinh thự, bảo vật, cung phi... chẳng có vua nào khác có nhiều hơn ta. Sự hưởng thụ của ta đã thoả, ta muốn điều chi thì có điều ấy, chẳng khác nào như vừa kêu lên trong rừng này thì liền có tiếng vang dội lại liền. Nhưng ta ngồi trên ngôi vua, thấy triều thần quan tước đầy những sự ganh ghét tranh giành. Ta lại nghĩ rằng, sắc đẹp, tiếng hay, mùi thơm, vị ngon ngọt, cùng là áo quần chải chuốc, với những ham muốn dục vọng là sáu lưỡi gươm chém nát thân này, sáu mũi tên đâm thủng tim mình. Sáu việc nhơ nhuốc xấu xa ấy làm cho con người phải ở mãi trong vòng luân hồi mà chịu đau khổ luôn luôn. Xét như thế cho nên ta mới bỏ ngôi vua mà đi làm một thầy tu. Ta dốc lòng tìm đạo lý chân chính từ bi, không còn tham đắm mùi thế tục, chỉ mong thành chánh quả mà độ chúng sanh ra khỏi nơi khổ hải. Ta đã có tâm nguyện lớn lao đó, đâu còn muốn thọ nhận sự đền đáp của ngươi. Vậy ngươi cứ về nhà đi. Và như có bà con thân thích, hãy khuyên họ nên lánh dữ làm lành, như vậy là được rồi."

Anh thợ săn nói: "Tôi không phải là người theo đạo Phật, nhưng tôi đã thấy nhiều người ngoại đạo cũng ăn ở hiền từ như tín đồ nhà Phật, thường cứu giúp người khác mà không màng đến danh lợi chi cả. Ngài đây đã là một bậc chân tu, tôi muốn mời ngài khi nào ghé vào nhà tôi chơi."

Rồi anh thợ săn từ biệt ra về. Anh ta đi rồi, con quạ mới nói: "Thưa ngài, tôi không khéo nói những lời biết ơn như người kia, nhưng cũng xin tìm cách báo đáp ơn cứu mạng của ngài." Rồi nó bay đi.

Khi ấy, con rắn nói: "Tôi tên là Trăn. Ngày sau nếu ngài có việc chi cần đến, xin cứ gọi tên tôi thì tôi xin đến để đền đáp ơn cứu mạng của ngài." Rồi nó bò đi.

Về phần anh thợ săn, tuy ngoài miệng nói lời biết ơn

nhưng trong lòng nghĩ đến việc sống mất con quạ với con rắn thì đâm ra bực tức. Đã vậy, là người ngoại đạo nên anh ta vốn không ưa các vị tỳ-kheo tu theo đạo Phật.

Một hôm, vị tỳ-kheo nhân đi ra bìa rừng, mới tiện đường ghé đến nhà anh thợ săn. Anh ta nhìn thấy từ xa, liền gọi người vợ mà dặn rằng: "Lão tỳ-kheo ấy chẳng theo một đạo với ta. Như lão có vào nhà, thì mình cứ nấu cơm cho ngon, nhưng nấu cho thật chậm. Hễ quá ngọ thì lão không thể ăn được." Chị vợ nghe lời dặn, thấy vị tỳ-kheo vào nhà liền ra bộ ân cần giữ lại để dọn cơm mà đãi. Song chị ta cố ý làm thật chậm chạp, thành ra trời đã quá ngọ mà cơm nấu chưa xong. Vị tỳ-kheo thấy vậy thì kiếu ra về.

Về phần con quạ, nó bay về tổ rồi thì cứ nghĩ mãi không biết làm sao đền đáp ơn cứu mạng của vị tỳ-kheo. Thế rồi. Cuối cùng nó nghĩ ra một cách, liền bay đến kinh thành, lẻn vào cung vua. Thấy hoàng hậu đang ngủ say, trên búi tóc có đính một hạt kim cương lớn chói sáng rực rỡ. Quạ liền cắp lấy hạt kim cương rồi bay trở về, mang đến dâng cho vị tỳ-kheo.

Hoàng hậu thức dậy, tìm không thấy hạt kim cương quý, mới báo với vua rằng hạt kim cương đã mất rồi. Vua truyền rao trong nhân dân rằng: "Ai tìm được hạt kim cương, nhà vua sẽ thưởng cho một ngàn cân vàng, một ngàn cân bạc, một ngàn con bò và một ngàn con ngựa."

Vị tỳ-kheo nhận lòng thành của con quạ dâng cho hạt kim cương, nhưng ngài nào có muốn dùng nó làm gì. Nghĩ thương cảnh nhà người thợ săn nghèo khó, ngài mới mang hạt kim cương ấy đến cho anh ta. Ngờ đâu, anh ta đã nghe lệnh vua truyền, nên liền bắt trói vị tỳ-kheo và đem nộp lên vua để lãnh thưởng.

Vua hỏi vị tỳ-kheo rằng: "Hạt kim cương này do đâu mà ngài có?" Vì tỳ-kheo suy nghĩ rằng: "Nếu ta nói thật, e rằng loài quạ trong cả nước này sẽ bị giết cả. Còn như nhận rằng ta lấy hạt kim cương này, thì trái với đạo lý của người tu hành, không xứng đáng là đệ tử của đức Phật vậy."

Nghĩ như vậy, ngài bèn im lặng không nói gì cả. Vua tức giận, sai mang ra dùng trượng đánh rất nặng nề. Nhưng dù bị cực hình đau đớn, ngài cũng không đem lòng oán giận ai cả. Ngài khởi lòng từ bi mà khấn nguyện rằng: "Trong trần thế còn có nhiều người ngu si mà hành xử sai với đạo lý như thế, ngày sau không tránh khỏi phải chịu quả báo nặng nề. Ta nguyện tu hành thành Phật mà cứu vớt cho hết thảy bọn họ."

Vua thấy ngài chịu đòn đau mà không mở miệng van xin, lại sanh lòng giận dữ, thét quân hầu rằng: "Bắt lão này đem chôn sống đi, chỉ để ló cái đầu lên thôi, đợi vài hôm sẽ giết."

Quân lính mang ngài ra chỗ đồng trống, chôn cả thân hình xuống chỉ chừa ló cái đầu lên trên mặt đất. Đêm đến, ngài vừa đói vừa khát nước quá, không biết làm sao mới nhớ lại và gọi tên con rắn. Rắn liền bò đến. Thấy ân nhân lâm nạn, nó cúi đầu xuống đất lạy chào và hỏi rằng: "Sao ngài lại ra đến nông nỗi này?" Vị tỳ-kheo mới đem đầu đuôi tự sự mà thuật lại. Con rắn khóc, vội bò đi tìm thức ăn nước uống mang đến cho ngài rồi than rằng: "Lòng từ bi của ngài rộng lớn như trời đất mà sao phải nạn khổ như thế này! Để tôi nghĩ cách cứu ngài."

Đêm ấy, rắn liền bò vào cung vua cắn chết thái tử. Nguyên là nhà vua chỉ có một người con trai duy nhất. Rắn cắn chết thái tử rồi mới trở lại chỗ thầy tỳ-kheo, nói rằng: "Nay thái tử đã bị chết vì nọc độc của tôi, nhưng có thuốc giải này của tôi thì có thể cứu người sống lại. Ngài hãy nhận lấy thuốc giải này, ngày mai cứu sống thái tử thì vua nhân đó có thể tha mạng cho ngài." Rồi rắn để thuốc giải lại bên cạnh thầy tỳ-kheo mà bò đi.

Sáng hôm sau người ta mới phát hiện thái tử đã bị rắn cắn chết. Nhà vua đau đớn vô cùng, truyền rao khắp nơi rằng: "Như ai cứu sống được thái tử, trẫm sẽ chia cho phân nửa giang san mà hưởng sự vinh hoa phú quí."

Rồi không ai đến cứu được thái tử, người ta mới đem xác thái tử vào núi để thiêu. Khi khiêng xác đi ngang qua chỗ chôn vị tỳ-kheo, ngài liền gọi lại mà nói rằng: "Hãy khoan thiêu xác thái tử đã, bần tăng có thể cứu sống được." Quân hầu nghe mấy lời ấy, liền hối hả tâu lại với vua. Nhà vua mừng lắm, truyền đưa ngay đến chỗ ngài và nói: "Như thật đại đức có thể cứu sống thái tử, trẫm sẽ tha tội cho đại đức, và trẫm cũng sẽ chia cho ngài phân nửa giang san để cùng làm vua như trẫm."

Vị tỳ-kheo lấy thuốc giải của rắn cạy miệng thái tử đổ vào, giây lát liền sống lại. Nhà vua mừng vui khôn xiết, truyền chia phân nửa đất nước của mình cho vị tỳ-kheo. Nhưng ngài từ chối không nhận.

Bấy giờ, vua mới ngạc nhiên hỏi rằng: "Bạch đại đức, nếu như ngài không tham lấy phân nửa giang san của trẫm, thì có lý nào ngài lại là người ăn cắp hạt kim cương kia? Vậy sự thật là như thế nào, xin ngài cho trẫm biết. Vì sao ngài là người hoàn toàn trong sạch lại chấp nhận hình phạt mà không một lời than vãn kêu oan?"

Vị tỳ-kheo liền nói: "Tâu bệ hạ, nếu muốn bần tăng nói ra sự thật, xin bệ hạ giao trọn quyền cho bần tăng được phán xử những kẻ liên quan." Vua ưng thuận. Vị tỳ-kheo liền đem hết đầu đuôi câu chuyện kể lại cho vua nghe. Vua nghe rồi trong lòng xúc động, nước mắt tràn ra trên mặt, vừa cảm phục đức độ của một vị chân tu, vừa hổ thẹn vì sự phán xét sai lầm của mình.

Liền khi ấy, vua truyền lệnh bắt giết cả nhà người thợ săn và tru di cả ba họ. Nhưng vị tỳ-kheo liền nói rằng: "Xin bệ hạ giữ lời đã hứa, giao quyền cho bần tăng được quyết định." Vua liền hỏi: "Đại đức phán xử thế nào?" Vị tỳ-kheo đáp: "Việc làm thiện hay ác của mỗi người đều tự có quả báo tương xứng. Bệ hạ không cần phải nặng tay trừng trị. Xin tha cho người này được về quê sinh sống. Và xin đừng làm hại đến loài quạ trong nước này."

Vua hết lòng cảm phục đức từ bi của ngài, nhân đó liền xin được quy y Tam bảo, thọ trì Ngũ giới và tu hành theo Thập thiện đạo.

CÚNG DƯỜNG MỘT BỤM CÁT

Một hôm, đức Phật đang ở gần thành Xá Vệ, trong vườn Kỳ Thọ, cùng với đại chúng vào thành khất thực, có đại đức A-nan theo hầu.

Trên đường, có một đám trẻ đang chơi đùa. Chúng nó lấy đất mà đắp thành đền đài, kho lẫm, rồi lấy cát đổ vào kho giả làm lương thực lúa gạo. Khi đức Phật đi ngang qua, một đứa trẻ vừa nhìn thấy liền muốn cúng dường cho ngài. Nó lấy "gạo cát" trong kho mà đem ra, đi lại dâng lên cho đức Phật. Ngài nhận lấy và tỏ dấu rất hài lòng, không khác gì khi có một vị quốc vương phát tâm cúng dường và quy y Tam bảo. Rồi ngài dạy A-nan rằng: "Ông hãy giữ lấy nắm cát này, mang về tô lên trên vách phòng của ta."

A-nan làm theo lời Phật dạy nhưng trong lòng thắc mắc không hiểu được, liền thưa hỏi rằng: "Bạch đức Thế Tôn, chỉ là một đứa nhỏ cúng dường nắm cát giả làm gạo, sao ngài lại hài lòng và trân trọng đến thế." Phật dạy rằng: "Dù một nắm cát, mà lòng đứa trẻ ấy rất thành kính, nên phước báu vô lượng. Đứa trẻ cúng dường nắm cát cho ta đó chẳng phải tầm thường. Sau khi ta nhập Niết-bàn, về sau nó sẽ sanh ra làm một vị quốc vương tên là A-dục. Còn những trẻ cùng chơi với nó, về sau sẽ là triều thần của vua A-dục. Vua ấy sẽ làm rực rỡ đạo ta, lấy cả đất nước mà phụng sự ngôi Tam bảo, lại lập nên vô số chùa chiền."

Ngài A-nan lại hỏi rằng: "Chỉ cúng dường một nắm cát, sao lại có thể về sau lập nên vô số chùa chiền?"

Phật dạy: "Thiện căn ấy chẳng phải chỉ trong một đời này mà thôi. Thuở xưa, vào thời Phật Ca-diếp ra đời, đứa trẻ ấy là một vị quốc vương, hết lòng ủng hộ đạo Phật và khuyến khích nhân dân tu hành, lại tạo ra rất nhiều tượng Phật, chùa tháp... Nhờ nhân lành ấy, sau nấy nó sẽ làm vua hiệu là A-dục và tạo dựng được nhiều cảnh chùa tháp để thờ Phật và ngọc xá-lợi."

QUỶ MẸ MẤT CON

Lúc đức Phật thuyết pháp ở nước *Đại-đâu* thì ở trong nước ấy có một người đàn bà sinh được nhiều con, và rất thương yêu con của mình, nhưng lại thường bắt con người khác về ăn thịt.

Những người làm cha mẹ ở nước *Đại-đâu* rất lo lắng, lúc nào cũng sợ con mình bị bắt mất.

Các vị tỳ-kheo đi khất thực về mang chuyện này kể cho đức Phật nghe, ngài biết ngay đây không phải là một người đàn bà bình thường. Ngài biết trong nước này có một con quỷ rất thích bắt trẻ con ăn thịt, và không thể dùng một vài câu nói mà cảm hóa nó được.

Đức Phật liền sai một vị tỳ-kheo, thừa lúc quỷ mẹ vắng nhà bắt đứa con út mà nó thương yêu nhất tên là Tần-già-la đưa về tinh xá.

Khi quỷ mẹ về tới nhà không thấy đứa con út bé bỏng của mình, nó đau khổ bỏ ăn bỏ uống, khóc lóc không ngừng, chỉ trong mấy ngày thôi mà tưởng chừng như muốn hóa điên lên được.

Khi ấy, đức Phật liền đến gặp nó, hỏi rằng:

– Ngươi có việc gì mà khóc lóc thảm thương như thế?

Quỷ mẹ nhìn thấy đức Phật, tạm ngừng khóc một lúc, chùi nước mắt mà trả lời:

– Vì lúc con vắng nhà, không biết ai đã lẻn vào bắt mất đứa con dễ thương nhất của con đi rồi!

– Ngươi không ở nhà giữ con, để cho người khác lẻn vào bắt mất, vậy lúc đó ngươi đi đâu? Ngươi đi ra ngoài để làm gì?

Khi nghe đức Phật hỏi như thế, quỷ mẹ giật mình, vì lúc con của nó bị bắt cũng chính là lúc nó lẻn vào nhà người khác để bắt con người ta.

Quỷ mẹ nói điều ấy cho đức Phật nghe xong, lúc đó nó mới thấy mình tàn nhẫn và sai lầm. Trong lòng khởi lên một niệm hối hận, nó liền phủ phục xuống đất đảnh lễ đức Phật. Đức Phật lại hỏi:

– Ngươi có thương con của ngươi không?

– Tần-già-la là đứa nhỏ mà con thương yêu nhất, một khắc cũng không muốn rời nó ra. Con không thể nào sống mà không có nó. Không có nó, con chỉ muốn chết mà thôi!

Đức Phật liền nhân đó để khai thị cho nó:

– Ngươi thương con của mình như thế nào thì người khác cũng thương con của họ như vậy. Ngươi đau khổ vì mất con, mà lại đi bắt con người ta để ăn thịt, thì người ta cũng đau khổ không khác gì ngươi. Bây giờ ngươi có muốn tìm thấy con của ngươi không?

– Nếu có ai tìm được Tần-già-la về cho con, thì bảo con làm gì con cũng làm cả.

Đức Phật biết là quỷ mẹ đã chuyển tâm hối hận rồi, liền nói:

– Ta có thể giúp ngươi tìm lại con ngươi, nhưng ngươi có thật sự ăn năn về việc bắt con người khác để ăn thịt hay không?

– Con rất ăn năn! Thế Tôn, xin ngài từ bi chỉ giáo cho con. Ngài dạy con làm gì con sẽ làm theo như vậy!

Đức Phật nói:

– Từ nay trở đi, thứ nhất ngươi không được sát sinh, thứ hai không được trộm cắp, thứ ba không được tà dâm, thứ tư không được vọng ngữ, thứ năm không được ăn uống bừa bãi, mà phải lấy tình thương của người mẹ hiền mà lo lắng cho con cái của tất cả mọi người.

Quỷ mẹ hỏi:

– Không cho con ăn thịt trẻ con thì từ giờ về sau con biết ăn món gì?

– Ta sẽ dạy các đệ tử của ta mỗi lần được cúng dường sẽ trích một phần thức ăn bố thí cho ngươi dùng trước.

Quỷ mẹ vô cùng vui mừng, nhận lãnh lời giáo huấn của đức Phật một cách thành khẩn.

Đức Phật đưa đứa con Tần-già-la trả lại cho quỷ mẹ. Nó mừng rỡ khôn cùng, bèn phát nguyện từ nay về sau sẽ hộ trì tất cả trẻ con của loài người.

Ngày nay, khi ăn cơm người xuất gia phải trích ra trước một phần thức ăn để làm pháp thí thực, chính là do chuyện này mà ra vậy.

KẺ HẠ TIỆN ĐẮC ĐẠO

Vào thời đức Phật, tuy xã hội Ấn Độ phân chia giai cấp và nạn kỳ thị giai cấp rất nặng nề, nhưng ngài truyền dạy pháp bình đẳng và xóa bỏ hoàn toàn giai cấp. Trong tăng đoàn, ngài đối xử bình đẳng với tất cả mọi người, cho dù là mỗi người đều có xuất thân khác nhau. Khi đã xuất gia theo Phật, dù trước đây là hàng vương tôn quý tộc hay kẻ bần tiện hạ lưu, hết thảy đều được đối xử bình đẳng như nhau. Chỉ có một sự khác biệt duy nhất trong tăng đoàn là sự khác biệt về mức độ tiến triển trên đường tu tập mà thôi. Đây chính là điểm đặc biệt trong tổ chức tăng đoàn Phật giáo mà không một tôn giáo nào khác vào thời ấy có được.

Lúc ấy, trong thành Xá-vệ, có một người rất nghèo khổ, phải làm nghề đổ phân cho thiên hạ để kiếm sống. So về sự phân chia giai cấp trong xã hội Ấn Độ bấy giờ thì anh ta bị xem là thuộc về giai cấp thấp hèn nhất. Một hôm, anh ta đang đi trên đường thì nhìn thấy đức Phật với các vị đệ tử vây quanh từ xa tiến đến, anh vội vã tìm chỗ tránh xa ra bên lề đường. Nhưng đức Phật đã nhìn thấy, liền cho gọi anh ta đến. Anh ta sợ sệt thưa rằng: "Tôi là người thấp hèn nhơ nhớp, làm sao dám đến gần ngài."

Phật dạy rằng : "Không sao đâu! Dù anh có làm nghề gì, thuộc về giai cấp nào, thì cũng vẫn là con người, cũng có thể tu tập để ngày sau được đắc đạo như ta đây."

Anh ta nghe Phật dạy như thế thì lấy làm lạ, có phần hoài nghi không biết mình có nghe lầm hay không, liền thưa hỏi lại: "Bạch ngài, có phải ngài vừa nói là con đây cũng có thể tu hành để ngày sau được đắc đạo giống như ngài?"

Phật dạy: "Đúng vậy, miễn là anh có niềm tin vào Tam bảo và tu tập đúng theo chánh pháp."

Người đổ phân nghe vậy thì vui mừng khôn xiết, liền quỳ xuống ngay giữa đường mà xin được xuất gia theo Phật. Phật dạy các vị đệ tử đưa người ấy về tinh xá và nhận cho xuất gia đứng vào hàng tỳ-kheo.

Người ấy bỗng nhiên được thoát khỏi kiếp sống thấp hèn, không còn bị người trong thành khinh khi hất hủi, tự thấy vui mừng sung sướng khác nào như được tái sinh vào một đời sống mới. Từ đó cố công tu tập thiền định không một phút nào ngơi nghỉ tạm dừng. Nhờ nỗ lực tinh tấn vượt bực nên chỉ trong mười ngày đã thấu hiểu đạo lý sâu xa, chứng đắc thánh quả A-la-hán, có đủ các phép thần thông tự tại.

Bấy giờ, đức vua trong thành nghe tin rằng Phật đã nhận cho một người đổ phân xuất gia làm sa-môn thì rất lấy làm ngạc nhiên và suy nghĩ rằng: "Từ xưa nay hàng đệ tử của Phật đều toàn là những người quí phái. Nay lại có thêm một người thuộc giai cấp hạ tiện thấp hèn, vậy nếu trẫm có thỉnh chư sa-môn đến cúng dường thì làm sao phân biệt được? Rồi trong hàng sa-môn biết đối xử với kẻ hạ tiện ấy thế nào cho phải phép? Quyết định này của đức Phật hẳn là không đúng rồi. Để trẫm đích thân đến thưa với ngài."

Nghĩ rồi, vua xa giá đi ngay đến tinh xá để gặp Phật. Gần đến tinh xá, vua nhìn thấy bên đường có một vị sa-môn đang ngồi trên tảng đá lớn mà khâu áo, dáng vẻ rất uy nghi. Khi thấy xa giá nhà vua xôn xao đi tới, vị sa-môn ấy liền khoan thai ẩn mình vào trong tảng đá, ung dung như người ta đi vào một khoảng đất trống vậy. Khi xa giá đi qua, vị ấy lại từ trong tảng đá hiện hình ra ngoài, ngồi trên tảng đá tiếp tục khâu áo như không có chuyện gì xảy ra.

Khi vào tinh xá lễ Phật rồi, đức vua mới chắp tay thưa hỏi

rằng: "Khi trẫm vào đây, phía trước tinh xá thấy có vị sa-môn thần thông tự tại, ra vào tảng đá lớn như người ta ra vào chỗ đất trống. Vị ấy là ai mà có thần thông và uy nghi như thế? Trẫm lấy làm kính phục và ngưỡng mộ lắm!"

Đức Phật dạy: "Hôm nay bệ hạ đến đây gặp ta chính là vì người này đó."

Vua ngạc nhiên chưa kịp hiểu ra, Phật liền nói: "Người ấy trước đây làm nghề đổ phân cho mọi người trong thành này. Nay xuất gia làm sa-môn, nhờ tinh tấn tu tập nên đã chứng thánh quả A-la-hán, có được thần thông tự tại, dứt sạch mọi tham muốn, ràng buộc."

Bấy giờ, vua hiểu ra, không còn dám đem chuyện phân biệt giai cấp ra nói nữa. Đức Phật hiểu thấu trong tâm ý vua, nên muốn nhân đây dứt sạch những tư tưởng, định kiến sai lầm của vua, liền dạy rằng: "Này đại vương, chúng ta không nên dựa vào địa vị xã hội hay thành phần xuất thân mà phán đoán giá trị, phẩm chất của một con người. Người ta sanh ra ở đời có sự khác biệt nhau chẳng qua là do nơi nghiệp quả đã tạo từ trong quá khứ. Nhưng nghiệp quả đã do mình tạo thì cũng có thể do mình thay đổi được. Chỉ cần biết tu tâm dưỡng tánh, lánh dữ làm lành, tu tập theo chánh pháp, thì dù đời nay có xuất thân hèn hạ cũng có thể đạt được những thánh quả cao quý."

Vua nghe xong liền nói: "Bạch Thế Tôn, trẫm đã hiểu rồi! Từ nay trẫm rất vui lòng mà tỏ lòng cung kính đối với tất cả các vị sa-môn, không còn phân biệt theo giai cấp xuất thân của các vị ấy nữa."

○○○

Việc xóa bỏ sự phân biệt giai cấp đối với chúng ta ngày nay là việc rất bình thường và ai ai cũng có thể hiểu được tính đúng đắn của nó. Thế nhưng cách đây hơn 25 thế kỷ mà đức Phật đã nêu ra và thực hành được điều này trong một xã hội phân chia giai cấp rất nặng nề như xã hội Ấn Độ, điều đó quả thật là chưa từng thấy ở bất cứ tôn giáo hay nền triết học nào khác. Ánh sáng bình đẳng đó rồi sau đã dần lan ra khắp cõi Á châu, cho đến lan rộng trên toàn thế giới. Trong khi nhân loại còn chìm đắm trong những tư tưởng và định kiến sai lầm thì trí tuệ giác ngộ của đức Phật đã sớm nhận ra phẩm chất cao đẹp sẵn có nơi tất cả mọi con người. Ngài đã chỉ rõ rằng, phẩm chất chân chính trong hiện tại của một con người phải được đo lường bằng những giá trị đạo đức, còn sự giàu sang, quyền thế, cho đến những địa vị cao sang trong xã hội chẳng qua chỉ là do nơi nghiệp quả đã tạo trước đây mà thôi. Vì thế, ngài không xem trọng một vị quốc vương hơn một người đổ phân thuê cho thiên hạ, cũng như ngài xem thường một ông hoàng tham lam cùng dòng tộc với mình, nhưng lại xem trọng một anh thợ cạo nghèo khó mà có tâm hướng thiện.

CON CHÓ GIỮ CỬA

Thuở trước, Phật và chúng đệ tử mỗi ngày đều mang bình bát đến từng nhà để khất thực. Một hôm, ngài đi khất thực đến nhà một người tên là Đô-đề. Khi ấy, chủ nhà đi vắng. Trong nhà có một con chó đang ăn một dĩa thức ăn. Thấy Phật bước vào, nó liền nhảy xổ lại và sủa rân lên. Phật liền nói với nó rằng: "Ngươi đã đến nước này mà còn chưa biết ăn năn tội trước hay sao?" Con chó bèn cụp đuôi xuống, riu ríu đi lại nằm trong xó, xem vẻ buồn rầu lắm. Đô-đề đi bên ngoài về, thấy con chó không vui như mọi bữa, mới hỏi người nhà. Người nhà thuật lại chuyện đức Phật đến khất thực, có nói một câu rồi con chó buồn rầu như thế.

Đô-đề giận lắm, liền thẳng đến tinh xá mà hỏi Phật cho rõ sự tình. Phật đáp: "Ta chỉ nói sự thật với con chó ấy thôi. Đời trước, nó chính là cha của ngươi. Suốt đời cha ngươi bỏn sẻn, tham tiếc từng đồng xu các bạc, tuy giàu có mà keo kiệt lắm, chẳng bao giờ bố thí cho ai lấy một đồng xu. Bởi lòng tham tiếc của cải, nên khi thác mới tái sinh làm kiếp chó trong nhà để tiếp tục giữ của. Vậy mà vẫn còn chưa tỉnh ngộ. Bây giờ ngươi hãy về bảo nó chỉ chỗ chôn giấu vàng bạc ngày trước cho."

Đô-đề nghe nói nửa tin nửa ngờ, về nói với con chó rằng: "Đời trước ngươi làm cha ta. Nay ta là con trong nhà, có quyền thừa hưởng gia tài này. Vậy hãy chỉ chỗ chôn vàng bạc cho ta." Con chó liền chui xuống dưới bộ ván, lấy chân mà cào đất. Đô-đề sai người lấy cuốc xẻng đào đất chỗ ấy lên, quả thật bên dưới chôn giấu rất nhiều vàng bạc.

Liền đó, Đô-đề phát tâm theo Phật, quy y Tam bảo, cầu Phật chỉ dạy đạo lý cho. Đức Phật dạy rằng: "Nhân quả ở đời này như bóng theo hình, ai giết hại sanh linh thì tuổi thọ kém. Ai không giết hại sanh linh thì được sống lâu. Ai sanh ra nghèo hèn là bởi đời trước bỏn sẻn và trộm cướp của người. Vì thế, được giàu có thì nên bố thí để gieo nhân lành. Ai được giàu có và sống lâu là nhờ đời trước tạo nhiều thiện nghiệp. Nhân quả không sai chạy, tự mình làm mình chịu, không thể tránh trút cho ai. Lại nữa, ý muốn sanh ra lời nói, việc làm. Đã nói, đã làm tức là tạo nghiệp. Nói lời lành, làm việc lành thì được hưởng phước; nói lời ác, làm việc ác thì tất phải mang lấy hoạ.

THÁI TỬ TRONG BỤNG CÁ

Thuở xưa, có một người làm ruộng, sau chết được đầu thai làm con vua. Đời trước là người đi cày, đời sau lại là một ông hoàng, chuyện ấy ngẫm ra thật ít có. Đó là nhờ người ấy đã tu nhân tích đức trong nhiều đời trước, thường cúng dường tăng chúng và bố thí cho kẻ đói nghèo, lại có nguyện giữ trọn một đời không hề sát sanh hại mạng.

Một hôm, hoàng hậu bồng thái tử đi chơi trên cầu, ra đến đoạn giữa sông, có con cá lớn lắm quẫy đuôi đập nước vọt lên rất mạnh, làm hoàng hậu giật mình sẩy tay khiến hoàng tử rớt xuống nước. Liền đó, con cá há miệng ra nuốt mất thái tử vào bụng rồi lội đi.

Thái tử ở trong bụng cá đến bảy ngày mà không chết, cũng không đói, không khát. Lúc ấy, cá lội đi rất xa, đến một nước khác thì bị dân chài bắt được. Thấy con cá to lạ thường, họ mới đem dâng lên cho vua nước ấy.

Lúc người nhà bếp của vua sắp làm thịt con cá, thái tử ở trong bụng cá kêu lớn rằng: "Các người làm cá cho thận trọng, kẻo phạm nhằm ta!" Ai nấy nghe vậy đều lấy làm kinh hãi, nhưng cũng đánh bạo mà đến chặt đầu cá, thì thấy thái tử ở trong bò ra. Mọi người thấy rõ ràng là một bé trai xinh đẹp đẽ khôi ngô, bèn dâng lên vua và kể lại mọi chuyện.

Vua vốn không có con, muốn nhận ngay cậu bé con mình, lập làm thái tử. Nhưng câu chuyện ly kỳ về việc tìm được thái tử trong bụng cá đã lan truyền nhanh chóng trong nhân dân, chẳng bao lâu liền đến tai vị vua cha của thái tử. Ngài liền sai sứ sang xin đón thái tử về. Nhưng vua bên này lại không thuận trao trả, nói rằng mình đã tìm được thì tất nhiên phải thuộc về mình. Hai bên giằng co nhau mãi, chẳng ai chịu ai, mỗi người đều quyết giành về phần mình, đã sắp phải động binh đao để phân thắng bại.

Nhưng cũng may là hai vua đều có đạo tâm, đều đã quy y Tam bảo. Vì thế, cuối cùng họ đồng ý tìm đến một vị sa-môn đạo cao đức trọng để nhờ phân xử. Vị này sau khi hỏi rõ đầu đuôi câu chuyện, liền khuyên dạy rằng: "Nếu hoàng hậu bên này không sanh ra thái tử, thì làm sao có thái tử để hai vua tranh nhau? Nhưng thái tử đã vào bụng cá, mười phần chắc chết cả mười, nếu vua bên kia không bắt được cá mà kịp thời cứu thái tử ra, thì biết đâu thái tử chẳng đã phải bỏ mạng rồi? Một bên có công sanh ra, một bên có công cứu mạng, xem ra cũng đồng như nhau. Nay ta có một cách, giúp cho hai bên có thể hòa thuận với nhau, mà bên nào cũng được thương yêu, nuôi dưỡng thái tử. Ấy là nên dựng lên một cung điện ở chỗ biên giới hai nước, để thái tử ở nơi cung đó và lập người làm thái tử cả hai nước." Hai vua cho là phải, thuận tình với nhau, trở về cùng cho người chung sức xây dựng cung điện nguy nga cho thái tử ở. Về sau, hai vua đều giao việc trị nước cho thái tử.

Ấy là một người làm ruộng mà sau được đầu thai làm hoàng tử, sau lại làm vua hai nước, đều là nhờ có lòng từ thiện cứu giúp chúng sanh. Hơn nữa, thái tử ở trong bụng cá bảy ngày mà vẫn sống, ấy là nhờ đời trước giữ giới chẳng sát sanh hại mạng bao giờ.

VÌ HIẾU QUÊN THÙ

Thuở xưa, có một vị vua rất hiền hậu, nhân từ. Vua khoan dung, đức độ, không dùng đến hình phạt nghiêm khắc. Nhân dân trong nước nhờ đức lớn của ngài đều được yên ổn, làm ăn phát đạt, người người đều trở nên giàu có.

Trong khi ấy, vua nước láng giềng lại rất hung ác, bạo tàn, thường hay hành hạ, trừng phạt dân chúng. Khắp trong nước, người người đều ta thán, chẳng được yên ổn làm ăn, nên của cải lương thực trong nước ngày một cạn kiệt.

Một hôm, vị vua hung dữ nghĩ rằng: "Vua láng giềng của ta sao trong nước lại được giàu có đến thế kia? Người ta nói vua ấy hiền lắm, không hề sát sanh hại mạng. Có lẽ trong nước của người, không còn lo đến việc quân binh nữa! Nếu ta kéo quân sang đánh lấy thì còn chi dễ bằng?" Vua bàn với triều thần. Ai nấy đều cho là phải và nhận rằng vua thật cao trí.

Bên kia, vị vua nhân từ nghe tin có quân giặc kéo đến muốn đánh lấy nước mình. Vua còn lưỡng lự chưa muốn ra quân đối địch. Bá quan đều tâu rằng: "Trong triều, còn có nhiều tướng tài có thể đánh lui quân giặc. Xin bệ hạ cứ sai đi là giữ nước được yên." Nhưng vua suy nghĩ kỹ và phán rằng: "Nếu trẫm cho binh tướng ra chống cự, thì dù thắng hay thua, trẫm cũng đều không nỡ. Nếu trẫm thắng, thì quân giặc sẽ phải tan rã và chết chóc, còn nếu trẫm thua, ắt nguy cho quân lính với nhân dân của trẫm. Hai điều thảy đều bất lợi cho bậc hiền nhân. Trẫm không muốn làm khổ hại bá tánh mà giữ lấy ngôi vị sung sướng riêng một mình."

Vua nói như vậy, nhưng các quan đều cho là một sự sỉ nhục cho đất nước, nên họp bàn cùng nhau quyết chống quân giặc. Vua không ngăn cản được cuộc chiến, cũng không muốn dự vào cuộc sát hại tương tàn, nên ngài nói với thái tử rằng: "Bây giờ, cha con ta nên lánh khỏi nước này. Người ta muốn giành lấy ngôi vua, thì ta cứ bỏ đó cho họ tùy tiện mà cướp lấy, miễn là bá tánh không phải bị sát hại là cha vui lòng rồi. Cha con ta lên núi cao ẩn dật, không còn bị lôi kéo vào cuộc tranh cướp lẫn nhau ở cõi trần tục này." Thái tử vâng lời, hai cha con cùng ra khỏi thành.

Vua không ra lệnh chống cự, nên quân giặc nhanh chóng tiến đến kinh thành mà không phải chém giết gì nhiều. Qua hôm sau, quân giặc chiếm thành, truyền lệnh truy nã vua rằng: Ai nạp mạng vua, sẽ được thưởng một ngàn cân vàng.

Vua vào tận rừng sâu, ngồi dưới gốc cây mà tham thiền. Rồi ngài chứng đắc đạo quả, thấu lý chân không, bèn động lòng thương hại cho muôn loài chúng sanh phải chìm nổi nơi biển luân hồi, đắm mê trong trường danh lợi, chạy theo sự tham lam giả dối của trần thế.

Bỗng đâu có một người Bà-la-môn đi đến gặp vua và nói rằng: "Tôi là kẻ cùng khổ, nghèo đói lắm. Tôi nghe người ta nói rằng tìm được vua thì sẽ được giúp tiền, tôi cất công đi tìm nhưng đi mãi mà không biết ông ấy ở chỗ nào."

Vua đáp rằng: "Hỡi ôi! Ta chính là vua đây. Nhưng nay nước đã mất rồi, ta cùng con ta ẩn dật nơi non cao, không còn của cải gì cả. Hiện giờ ta cũng nghèo khó như ngươi, cũng không có tiền bạc như ngươi. Nhưng ta có một cách có thể giúp ngươi. Vị tân vương muốn ban thưởng cho kẻ bắt được ta mang nộp. Vậy ngươi cứ bắt lấy ta đưa về kinh thành thì sẽ được giàu có sung túc."

Người Bà-la-môn nói: "Tôi không đành làm như vậy."

Vua đáp: "Không, ngươi cứ làm theo ý ta đi. Đời sống của con người chẳng qua như cơn gió thoảng. Nếu sống mà vô ích, thì sống có ý nghĩa gì. Như ta chết mà cứu giúp được ngươi khỏi sự nghèo đói, cái chết ấy mới thật có ý nghĩa."

Người Bà-la-môn thấy vua đã quyết, không thể chối từ, liền nói rằng: "Nếu bệ hạ có từ tâm như thế, xin theo tôi về kinh thành."

Rồi người Bà-la-môn giao nộp vua, được trọng thưởng theo lời truyền rao. Còn vua thì bị bỏ vào ngục tối, rồi sau bị xử thiêu trên giàn hoả. Dân chúng nghe tin thương xót lắm và tụ tập đến để vĩnh biệt vua, ai nấy đều cảm động rơi nước mắt. Lúc ấy, thái tử giả dạng một người buôn củi để dùng trong việc thiêu, nên được đứng trước vua cha mà tiễn biệt và quyết chờ dịp để báo thù. Nhưng đức vua từ thiện khuyên thái tử rằng: "Con hãy noi theo gương cha, giữ lòng từ bi như cha, ấy là con có hiếu với cha vậy. Đối với hết thảy mọi người, cho đến đối với kẻ giết cha, con hãy cứ lấy lòng nhân ái và khoan dung mà đối xử."

Rồi vua bị thiêu chết. Thái tử đau lòng lắm, liền lánh lên non cao để khuây khoả tấc sầu. Ngài nhớ đến thù cha, lòng oán hận, quyết chí báo thù. Mà vì chưa trả được thù, nên trong lòng u uất, tức tối. Lắm khi, vì sự thù hận uất ức mà ngài phải thổ huyết. Thái tử thề rằng: "Nó đã giết cha ta một cách gớm ghê, ta phải báo thù. Ta phải lấy mạng nó mà báo thù."

Rồi vì thù hận nung nấu, ngài không thể ở yên nơi chốn non cao. Ngài tìm về kinh thành, đến xin vào làm người hầu cho một ông quan đại thần. Vì ngài là người bặt thiệp, khôn ngoan, nên rất được lòng chủ. Không bao lâu, quan đại thần lấy làm yêu chuộng ngài và cho vào làm kẻ tâm phúc hộ vệ.

Một hôm, quan đại thần hỏi rằng: "Nhà ngươi có còn giỏi nghề gì khác nữa chăng?"

Ngài đáp: "Tôi làm nghề gì cũng được, nhưng giỏi hơn hết là nấu ăn."

Thế là ngài được giao cho việc nấu ăn. Một bữa nọ, vị vua chinh phục ngự lại nhà quan đại thần dự tiệc. Ngài ăn uống ngon lành, rất lấy làm vừa miệng, mới biết rằng quan đại thần có người đầu bếp giỏi. Vua liền phán bảo quan đại thần cho người đầu bếp ấy vào cung lo việc ngự thiện. Do đó, thái tử được phong chức quan trông coi việc yến tiệc cho vua. Dần dần, vua đem lòng tin cậy, ban thưởng và phong thêm chức tước. Rồi sau hễ vua ngự đến đâu thì có thái tử ở đó, không mấy khi rời xa.

Cho đến một hôm, vua ấy đi săn cũng cho thái tử theo hầu bên cạnh. Vua ấy vì ham đuổi theo con mồi mà lạc vào tận rừng sâu, không biết lối ra. Trời dần tối, hai người đành tìm chỗ nghỉ lại trong rừng. Vua mệt mỏi, bèn giao gươm cho thái tử đứng canh, còn mình thì gối đầu trên đùi thái tử mà ngủ rất say. Lúc ấy, thái tử nghĩ rằng: "Bây giờ, kẻ nghịch đã vào tay ta, còn đợi chừng nào? Đầu nó đã nằm dưới lưỡi gươm, còn để mà làm gì?" Thái tử liền tuốt gươm ra... nhưng nghĩ đến lời trối trăng của cha, ngài lại nhè nhẹ tra gươm vào. Vua thức giấc, nói rằng: "Trẫm mơ màng thấy có người muốn chém trẫm, khanh có thấy ai chăng?"

Thái tử đáp: "Bệ hạ vì quá mệt nhọc, nên sanh ra mê sảng đó thôi. Có tiểu thần hộ vệ đây, việc gì mà bệ hạ phải lo?" Vua yên tâm ngủ lại. Thái tử thấy vua đã ngủ say, ba lần toan hạ thủ, ba lần lại tra gươm vào vỏ. Sau rốt, vì tức quá mới la lên rằng: "Vì lời trối trăng của cha ta, ta tha cho ngươi, hỡi kẻ giết cha ta."

Khi ấy, vua liền tỉnh dậy và hỏi rằng: "Trẫm vừa mơ thấy người con của tiên vương nước này tha thứ cho trẫm mà không báo thù. Vậy khanh có hiểu điểm ấy chăng?"

Thái tử lấy làm cảm xúc, đáp rằng: "Người con của tiên vương đó chính là tôi đây. Tôi đã toan xuống tay trả thù, nhưng phụ vương khi thác có lời trối trăng, không cho tôi lấy oán trả oán, bảo phải lấy lòng từ bi mà tha thứ tất cả theo gương chư Phật. Vì thế nên tôi không nỡ hại mạng bệ hạ, đã ba phen toan xuống gươm, ba phen lại tra gươm vào vỏ." Vua nghe như vậy lấy làm xúc động, hổ thẹn về việc làm đã qua của mình, liền nói: "Thôi thì khanh cứ giết trẫm đi, trẫm vui lòng chịu chết để đền lại tội ác của mình đã làm."

Thái tử nói: "Tôi không thể trái lời dạy của cha. Đã nói rõ sự thật cho bệ hạ biết, giờ đây xin chịu tội. Tùy bệ hạ phán xử."

Rồi hai người cùng im lặng hồi lâu. Cho đến khi trời hừng sáng. Bấy giờ, vua ấy rất hối hận, nói rằng: "Trẫm thật là người chẳng biết phân biệt tốt xấu, đã giết chết một bậc đại từ đại bi như cha của khanh. Ấy là một lỗi lầm quá lớn vậy. Tiên vương thật là một vị thánh, luôn yêu thương và tha thứ, cứu giúp người khác. Còn khanh cũng xứng đáng là một bậc đại hiền, có thể vì chữ hiếu và noi theo đạo từ bi mà dẹp bỏ oán thù."

Trời sáng rõ, vua phân vân chẳng biết đi lối nào có thể ra khỏi rừng. Thái tử liền nói: "Không sao, tôi vẫn biết đường ra, nhưng hôm qua là muốn làm cho bệ hạ lạc lối đó thôi."

Hai người ra khỏi rừng, gặp quần thần chờ đón rất đông. Vua liền hỏi bá quan rằng: "Các khanh có biết vị thái tử con của tiên vương bây giờ ở đâu chăng?"

Ai nấy đều đáp rằng: "Thái tử đã chạy lạc mất từ lúc vua trước bị thiêu chết, không còn ai biết tông tích ở đâu cả."

CHUYỆN PHẬT ĐỜI XƯA

Vua liền nắm tay thái tử và kể hết mọi chuyện cho bá quan nghe, khen rằng thái tử là một người con hiếu, vâng theo lời trối trăng của cha mà xóa bỏ oán thù. Rồi vua tuyên bố trả lại đất nước này cho thái tử trị vì.

Từ đó, thái tử lên ngôi, nối nghiệp vị vua cha từ thiện. Dân chúng khắp nơi đều ca tụng công đức của ngài.

CÁI CHẾT CỦA ĐÀN BÀ

Thuở xưa, có một lần công chúa con Long vương lên trần thế đi chơi, rủi bị đám trẻ chăn bò tinh nghịch bắt trói và đánh đập. Vị vua trong nước ấy đi ngang qua, thấy vậy liền sai quân cản đám chăn bò lại, mở trói thả cô bé ra.

Cô về đến thủy cung, khóc lóc với cha. Long vương hỏi rằng: "Sao con khóc?" Công chúa nói: "Con đi chơi trên trần, bị ông vua đánh con." Long vương nói: "Các bậc vua chúa vốn hiền từ, đức độ, có lý nào lại vô cớ đánh con?"

Rồi Long vương chờ đến tối, hoá làm một con rắn nhỏ, bò vào trong cung, đến gần giường ngủ của vua, nghe vua nói với hoàng hậu rằng: "Hôm nay trẫm đi ra ngoài thành, gặp đám chăn bò đánh một cô bé, trẫm đã cứu lấy và thả nó ra."

Hôm sau, Long vương hiện thành hình người, đến gặp vua tâu rằng: "Bệ hạ có ơn rất lớn với tôi. Đứa bé gái bị người ta đánh đập được bệ hạ giải cứu hôm qua chính là con gái tôi. Tôi đây là Long vương, vậy bệ hạ có mong muốn điều chi, tôi hứa sẽ giúp cho."

Vua nói: "Những đồ quý giá trong cung trẫm đã có nhiều, không cần thêm gì nữa. Bây giờ trẫm chỉ muốn hiểu được tiếng nói của các loài cầm thú." Long vương nói: "Được, vậy thì trong bảy ngày, bệ hạ phải ăn chay và giữ mình trong sạch, tinh khiết. Sau bảy ngày, tôi sẽ giúp cho bệ hạ nghe hiểu tiếng các loài cầm thú. Nhưng bệ hạ không được để lộ việc này cho ai biết."

Vua làm đúng theo lời Long vương. Quả nhiên, từ đó vua nghe hiểu được tiếng nói của các loài cầm thú.

Một hôm, vua đang dạo chơi với hoàng hậu ngoài vườn, thấy có một đôi bướm vờn bay gần đó. Vua nghe con bướm cái bảo với con bướm đực kiếm đồ cho nó ăn. Con đực nói: "Ai lo phận nấy, không ai lại kiếm giúp cho ai." Bướm cái năn nỉ rằng, vì nó có chửa nên bay xa không được. Vua thích quá bật cười to.

Hoàng hậu hỏi: "Vì sao bệ hạ cười?" Bà hỏi luôn ba lần, vua cũng cứ đáp rằng không thể nói được. Hoàng hậu giận nói: "Nếu bệ hạ không nói cho tôi biết, tôi sẽ tự vẫn cho bệ hạ coi." Vua vẫn không thể nói ra, lòng buồn chẳng biết làm sao mới bỏ ra ngoài thành đi dạo. Đến một chỗ ven sông cỏ cây xanh tốt liền đứng đó ngắm cảnh.

Long vương biết chỗ khó xử trong lòng vua, liền hoá ra một bầy cừu đang lội ngang sông. Một con cừu cái nói với con cừu đực rằng: "Anh ơi! Lại đây dìu em đi với." Cừu đực đáp: "Cứ gắng sức lội đi, gọi ta mà làm gì?" Cừu cái nói: "Nếu anh không lại đây dìu em đi, em sẽ tự vẫn cho anh coi. Anh không thấy như tấm lòng ông vua sao? Như vợ ông ấy mà tự vẫn, ông ấy sẽ buồn mà chết theo đấy." Cừu đực đáp: "Ông vua ấy là kẻ điên nên mới chết vì đàn bà. Như em có muốn chết thì cứ chết, ở đây còn cả trăm con cừu cái, ta lại không chọn được con nào hay sao?"

Vua nghe câu chuyện đối đáp ấy chợt có chỗ hiểu ra, tự nghĩ rằng: "Ta làm vua một nước lớn mà trí khôn không bằng một con cừu."

Khi vua trở về cung, hoàng hậu lại nói rằng: "Nếu bệ hạ không nói cho tôi biết vì sao bệ hạ cười, thì tôi sẽ chết liền nơi đây." Vua đáp: "Thì nàng cứ chết đi, trong cung của ta còn bao nhiêu là mỹ nữ, chả lẽ không chọn được người nào hay sao?"

Lạ thay, thế mà hoàng hậu vẫn không chịu chết!

THẤT TIẾT VỚI CHỒNG

Thuở xưa, có một chàng thiếu niên con nhà quý phái, khôi ngô tuấn tú hơn người. Chàng cho đúc một pho tượng mỹ nữ bằng vàng và thưa với cha mẹ rằng: "Khi nào gặp được cô gái đẹp như tượng này, con xin cưới về làm vợ."

Lúc đó, trong một nước khác, có một nàng tuyệt sắc giai nhân, cũng đúc một pho tượng nam tử bằng vàng, khôi ngô tuấn tú vô cùng, cũng thưa với cha mẹ rằng: "Khi nào gặp được chàng trai đẹp như tượng này, con xin lấy làm chồng."

Cha mẹ hai bên đều nghe chuyện ấy, mới đính hôn cho đôi trẻ và rồi cưới gả cho nhau.

Cũng vào thời ấy, vị vua trong nước hình dung đẹp đẽ, thường lấy gương soi mặt tự ngắm mình, rồi hỏi bá quan rằng: "Trong đời, còn có ai đẹp bằng trẫm đây chăng?" Một vị quan đáp: "Kẻ hạ thần nghe rằng ở vùng kia có một chàng trai khôi ngô tuấn tú không ai bằng." Vua liền phái sứ đi vời chàng trai ấy đến cho vua xem mặt. Khi sứ giả đến nơi, nói với chàng trai rằng: "Nhà vua nghe danh ngài là bậc hiền nhân, nên muốn thỉnh ngài về triều." Chàng liền sửa soạn hành lý, ngựa xe và lên đường.

Đi được một quãng xa, chàng chợt nghĩ rằng: "Vua cho vời ta đến, có lẽ vì trọng sự học thức của ta chăng?" Nghĩ vậy, chàng liền quay xe trở lại để lấy mấy pho kinh sử mà xem lại. Không ngờ là nhân đó mới bắt gặp vợ mình đang ngoại tình với một người lạ mặt.

Chàng ngạc nhiên, giận và thẹn quá, gương mặt biến đổi trở nên kỳ dị, khó coi lắm. Quan hầu cận thấy chàng như vậy, ngỡ là vì đường sá xa xuôi mệt nhọc nên mặt mày biến

113

sắc, bèn cho tạm nghỉ ngoài thành mấy ngày, chưa dám đưa vào gặp vua. Đến một đêm khuya, chàng vì buồn mới đi dạo loanh quanh, bất ngờ bắt gặp hoàng hậu từ trong cung lén đi ra ngoại tình với quan giữ ngựa.

Bấy giờ, chàng mới tỉnh ngộ, tự nghĩ rằng: "Hoàng hậu mà còn ngoại tình, huống chi là vợ ta? Việc này hóa ra chẳng phải là một sự thường tình đó sao!" Chàng liền quên hết sự buồn rầu và gương mặt trở lại xinh đẹp như xưa.

Sáng ra, quan hầu cận đưa chàng vào chầu vua. Vua hỏi: "Khanh đến đã ba ngày, sao nay mới bệ kiến?" Chàng đáp: "Khi tôi ra đi một quãng đường, chợt nhớ là quên mang theo mấy món đồ. Tôi trở về nhà để lấy, bắt gặp vợ tôi ngoại tình với kẻ khác. Tôi giận lắm, cho nên gương mặt liền mất hết vẻ đẹp. Vì thế, tôi phải chờ ở ngoài thành đến ba ngày. Hồi khuya này, tôi nhìn thấy hoàng hậu lén ra ngoại tình với quan giữ ngựa. Đã là vợ vua mà còn làm như vậy, huống là hàng dân nữ tầm thường như vợ tôi. Tôi liền bỏ hết sự buồn rầu, cho nên gương mặt tôi xinh đẹp lại như xưa."

Vua nghe lời ấy thì than rằng: "Phải, vợ trẫm mà còn lang chạ, thì vợ của bá tánh có thất tiết cũng là sự thường."

Rồi từ đó vua kết làm bạn thân với chàng trai ấy. Hai người rất hợp ý nhau. Ít lâu sau, vua cũng bỏ ngôi vua, cùng chàng vào chốn rừng núi, xuất gia tu hành theo đạo Phật. Cả hai đều hiểu ra một điều rằng: "Gần gũi đàn bà thì rất khó lòng mà làm được những việc cao quý."

Nhờ dứt bỏ luyến ái, không bao lâu hai người đã thông hiểu đạo lý và chứng đắc quả giải thoát.

XẢO NGỮ VỚI CHỒNG

Thuở xưa, có một người dòng dõi quí phái, vì sợ vợ ngoại tình nên giữ vợ ở một nơi kín đáo, không cho ai thấy được. Người vợ sai đứa ở đào một cái ngách thông ra bên ngoài và thường thông dâm với anh thợ bạc.

Về sau, chồng nghe phong phanh, mới sanh nghi mà hỏi vợ. Nhưng vợ cãi rằng: "Cả đời em không khi nào làm chuyện nhơ nhuốc ấy. Sao anh lại nói oan cho em?" Chồng đáp: "Oan hay không, rồi đây sẽ biết. Để ta dẫn mình lại chỗ cây bồ-đề mà thề."

Nguyên là cây bồ-đề ấy có quỷ thần rất thiêng, những sự gian dối nếu đến đó thề thốt đều bị vạch trần. Những kẻ thề độc mà mắc vào lời thề thì đều phải chịu sự ứng nghiệm lời đã thề.

Người vợ không thể từ chối, đành chịu cùng chồng đến đó thề thốt, hẹn hôm sau sẽ đi. Nhưng rồi cô sợ lắm, vì sự linh thiêng ở chốn ấy, không thể nói bừa những lời gian dối. Rồi cô nghĩ ra một cách, mới lẻn ra nói với anh thợ bạc rằng: "Sự tình bây giờ đã thế, biết tính thế nào? Em có một kế này, là anh hãy giả điên, bỏ xỏa tóc tai rồi ra giữa chợ gặp ai ôm nấy. Làm thế nào cũng phải ôm cho được tôi trước khi tôi đi đến chỗ thề."

Rồi họ y theo kế ấy. Khi người chồng đưa vợ đến chỗ thề, cô mới nói rằng: "Xưa nay anh giữ em ở mãi trong phòng kín, chưa biết đến chợ búa, vậy nhân đây xin anh dắt em ghé qua chỗ đó cho biết." Người chồng đồng ý. Khi đi tới chợ, thình lình cô ta bị anh thợ bạc giả làm người điên chạy tới ôm lấy và đè ra trên đất. Cô gọi người chồng mà la lớn rằng: "Sao anh để yên cho người ta hãm hiếp em?" Người chồng nói: "Nó là thằng điên."

Rồi hai vợ chồng đi đến chỗ cây bồ đề thiêng để thề thốt. Khi ấy cô ta mới mạnh dạn mà thề rằng: "Tôi xin thề là từ trước đến nay, ngoài chồng tôi ra chỉ duy nhất có người điên khi nãy ôm được tôi mà thôi. Nếu không đúng vậy xin chịu chết thê thảm."

Mà lời cô nói là thật, cho nên cô khỏi chết. Người chồng thẹn lắm, nghĩ là mình đã nghi oan cho vợ. Ngờ đâu cả đến quỷ thần cũng phải chịu thua lời xảo ngôn ấy, huống hồ là anh.

Những sự gạt gẫm như thế, người đàn ông thường mắc phải luôn, nhưng họ vẫn thường tự cho mình là hạng người tri thức, không thể bị lầm. Cho hay, bị người ngoài gạt gẫm còn có thể đề phòng được, nhưng bị vợ nhà gạt gẫm thì thật vô phương tránh né.

BIẾT CHUYỆN ĐỜI SAU

Thuở xưa, có hai người bạn thân. Vợ của hai người đều có thai cùng lúc, mới đính ước với nhau thế này: "Nếu hai trẻ sanh ra, một trai, một gái, thì ngày sau cho kết làm vợ chồng." Sau quả nhiên là một nhà sanh trai, một nhà sanh gái. Nhưng rồi cuộc sống trôi nổi, mỗi người lưu lạc một phương không còn biết gì tin tức của nhau.

Rồi chẳng may người cha đứa bé trai chết sớm. Lớn lên mồ côi cha, chàng trai chỉ sống với mẹ, thường đi buôn bán nuôi mẹ, chưa tính đến chuyện gia thất.

Một hôm, trong khi đi bán hàng, chàng tình cờ lại ghé đúng vào nhà người bạn của cha mình ngày xưa, người đã sanh ra đứa con gái. Cha nàng hỏi thăm quê quán, cha mẹ của chàng. Chàng đem chuyện nhà thưa lại đành rành. Nghe xong, cha nàng lấy làm ngạc nhiên, mừng rỡ nói rằng: "Hồi cha cháu còn sống, cùng ta kết tình bằng hữu và có cùng ta giao ước rằng, nếu sanh con ra một trai, một gái, thì cho kết làm vợ chồng. Ta có ý tìm cháu đã lâu nhưng không biết ở nơi nào, nên con gái ta còn chưa dám gả chồng." Chàng trai thưa rằng: "Nào cháu có hay biết gì đâu!" Người cha cô gái bảo chàng cứ về hỏi lại mẹ thì rõ.

Chàng về nhà đem chuyện ấy kể lại với mẹ. Bà mẹ nhận là có thật. Chàng mới trở qua bên nhà cô gái.

Dọc đường, bỗng thấy một cái suối nước chảy mãi vào một cái sọ, mà sọ không đầy. Chàng sợ lắm. Đi nữa, gặp một cái cây trái chín sai oằn. Chàng đưa tay toan hái ít trái để ăn, thì bao nhiêu trái khác đều nói rộ lên rằng: "Này, hái tôi đi! Này, hái tôi đi." Chàng ta sợ quá, chạy đi rất mau và vấp chân té. Đi nữa, vừa tới nhà cô gái thì có một con chó chạy ra chào, quỳ hai chân trước xuống và thè lưỡi liếm chân chàng. Nhưng trong bụng chó, lại có tiếng chó sủa lên toan cắn chàng. Chàng sảng sốt, té nằm trên đất. Lát sau, chàng mới hoàn hồn đứng dậy. Gặp người cha cô gái đi ra để đón chàng, chàng bèn đem hết những chuyện khi nãy mà thuật lại.

Ông già vào nhà nói với con gái. Nàng giải thích rằng: "Đi dọc đường thấy suối nước chảy mãi vào một cái sọ không đầy, nghĩa là trong những đời sau, người ta tom góp tất cả những tiền của châu báu để dâng lên cho một người, mà không khi nào thoả cái lòng tham lam của người ấy. Thấy cây sai oằn trái chín, muốn hái ít trái mà ăn, nhưng trái lại giành nhau mà bảo phải hái mình, nghĩa là khi hỏi cưới cô gái lớn trong nhà, thì cô gái nhỏ ngăn lại và hỏi sao chẳng cưới mình. Con chó chạy ra chào, chân thì quỳ, lưỡi thì liếm, mà trong bụng lại sủa lên và muốn cắn, nghĩa là người đời bề ngoài rất dịu ngọt, mà bề trong chứa những gươm đao, vẻ mặt ra tuồng vui vẻ mà tấm lòng đầy những mưu kế độc địa. Ấy là những việc trong các đời sau, chứ bây giờ thì chưa có."

Chàng trai này với cô gái nọ, một người thấy, một người hiểu những chuyện đời sau, thật rất xứng đôi vừa lứa, được kết nghĩa trăm năm theo lời giao ước của hai người cha là bạn với nhau, quả thật là nhân duyên tiền định.

Ý NGHĨA CUỘC ĐỜI

Thuở xưa, về đời vua Kiêu Liên, trong nước có một cây đại thọ. Thật là một cây to lớn lạ thường, thân tròn đến năm, sáu mươi dặm. Bên dưới gốc cây chu vi đo được tám trăm bốn mươi dặm, cao đến bốn ngàn dặm, cành lá tỏa ra các hướng đến hai ngàn dặm. Cây ấy có năm phía: phía trước có trái đủ cho vua ngự dùng với các cung phi, phía kế nuôi đủ các quan triều thần, phía thứ ba nuôi trọn cả nhân dân trong nước, phía thứ tư nuôi đủ các vị tăng, và phía thứ năm nuôi sống tất cả các loài cầm thú.

Trái cây to như cái vò đựng nước, ăn vào có mùi thơm ngọt như mật. Không có ai giữ gìn, mà cũng không có ai hái trộm những trái ấy để ăn một mình.

Thuở ấy, con người ta tuổi thọ có đến 84 ngàn năm. Trong cuộc sống, chỉ phải khổ về mấy điều này: nóng, lạnh, đói, khát, đại tiểu tiện, tình ái và già, bệnh. Người ta chưa phải chịu đựng cả trăm ngàn nỗi khổ như đời sau này. Đàn bà thuở ấy đến năm trăm tuổi mới lấy chồng.

Có một vị trưởng giả giàu có tên là A-lý-niên. Tuy giàu có hơn người, nhưng ông thường suy nghĩ rằng cuộc đời ngắn ngủi lắm. Không có ai được sống mãi không chết. Sự giàu sang phú quý cũng không thể kéo dài mãi mãi, và thường người ta vì nó mà luỵ thân. Ông nghĩ: "Tốt hơn là ta nên bố thí của cải cho kẻ nghèo, vì dù hiện tại ta có được may mắn giàu sang, nhưng nào có giữ được lâu? Tốt hơn là ta nên dứt bỏ đời sống gia đình bận rộn, dứt bỏ cuộc sống trần tục, giữ cho tinh thần trong sạch và sống cuộc sống xuất gia trau giồi đạo đức."

Nghĩ như vậy, trưởng giả A-lý-niên liền từ bỏ tất cả gia sản đồ sộ của mình, tìm đến các vị trưởng lão tăng đạo cao đức trọng mà phát nguyện qui y Tam bảo và thọ giới xuất gia.

Dân chúng noi gương ông, không bao lâu cũng rủ nhau cả ngàn người cùng xuất gia theo Phật. Ai cũng thấy được đời người là giả tạm, có thịnh tất có suy, có thành tất có hoại, có sinh tất có diệt, chỉ có đạo lý chân thật là bền vững mà thôi.

Khi có rất đông người xuất gia, cùng đi theo ông A-lý-niên mà tu tập, ông mới giảng thuyết với mọi người rằng:

"Đời người ngắn ngủi, chỉ thoáng qua như bóng chớp. Ta nên dứt bỏ sự tham lam và ái luyến trong đời này để được an hưởng sự vui bền vững trong những đời sau. Không ai sống mãi mà khỏi chết. Vậy ta nên diệt lòng dục vọng, dứt bỏ sự tham lam và bố thí cho kẻ nghèo khó. Ta nên vượt qua sự đam mê tầm thường và các nẻo tà kiến. Người ta sống có được bao lâu, sao có thể xem đó là lâu dài? Đời người chỉ như hạt mưa sa trên mặt nước, bọt văng lên rồi tan mất liền. Đời người như ánh chớp, như tia điện xẹt, như nháy mắt... lại còn ngắn ngủi hơn thế nữa. Đời người như thoi đưa, thoi dệt vừa qua, thì đời cũng vừa dứt... Mà trong cái cuộc đời ngắn ngủi ấy, lại có biết bao sự nguy nan khổ cực! Người ta như con vật bị dắt ra lò mổ, càng bước càng đi gần đến chỗ mạng vong, mỗi một ngày qua cũng như con vật ấy bước thêm một bước đến chỗ bị giết thịt, lại còn ngắn ngủi hơn thế nữa. Đời người trôi nhanh như nước trên non cao cuồn cuộn đổ xuống, không khi nào ngừng lại, mỗi ngày trôi qua lại càng đến gần với cái chết. Người ta sống trên đời chịu lắm sự sầu ưu, khổ não. Đời là giả tạm, thấy được sự giả tạm ấy mới có thể nương theo đạo chân thật, tu tâm dưỡng tánh và cứu giúp chúng sanh."

CHUYỆN NGƯỜI HAI VỢ

Thuở xưa, có một người trung niên có hai bà vợ, một trẻ một già. Khi đến nhà người vợ trẻ thì chị ta nói rằng: "Em tuổi còn nhỏ mà anh thì già. Sống với anh, em bị người đời cười chê, em buồn quá. Thôi anh hãy đến nhà chị ấy mà sống." Người ấy muốn sống với vợ nhỏ, bèn nhổ bớt mấy sợi tóc bạc trên đầu cho ra vẻ trẻ trung hơn.

Rồi khi đến nhà người vợ lớn tuổi hơn, chị này lại nói rằng: "Tôi đã già, đầu bạc cả rồi, mà anh thì đầu tóc đen mướt thế kia coi sao được." Anh ta cũng muốn được ở với bà vợ này, nên mới để lại mấy sợi tóc bạc mà nhổ bớt mấy sợi tóc đen.

Thay qua đổi lại nhiều lần như vậy, tóc trên đầu anh bị nhổ gần hết. Hai người vợ bây giờ thấy anh xấu xa dị hợm quá, bèn bỏ hẳn không thèm sống với anh nữa.

Người này thuở trước vốn là một con chó, sống trong một nhà nằm ở khoảng giữa hai ngôi chùa, cách nhau một con sông. Chùa bên này về hướng đông, chùa bên kia về hướng tây. Khi chó nghe tiếng chuông ở chùa nào, nó biết chùa đó có lễ cúng, liền chạy đến để được các thầy cho ăn. Một hôm, cả hai chùa cùng có lễ cúng, cùng nện chuông một lượt. Chó ta vừa bơi đến giữa sông, bỗng nghe tiếng chuông gióng giả ở cả hai bờ đông tây. Muốn qua chùa bên này, thì sợ chùa bên kia có đồ ăn ngon hơn. Còn muốn trở lại bên kia, thì sợ bên này có đồ ăn ngon hơn. Phân vân lưỡng lự như vậy mãi, một hồi lâu đuối sức mà chết chìm.

Người vì quá tham sắc dục mà bị hai vợ đuổi xua, có khác nào đời trước làm con chó, bởi tham miếng ăn ngon nên phải chết chìm. Sự tham lam làm cho con người ta trở nên ngu tối, chìm đắm mãi trong biển luân hồi. Nhất là sự tham sắc dục, nó đày đoạ và vùi lấp biết bao cuộc đời, gây ra những sự sỉ nhục rất gớm ghê!

HẠT KIM CƯƠNG

Thuở trước, có một thầy tỳ-kheo đi khất thực thường ghé nhà một người thợ kim hoàn, bởi người này thường hay cúng dường vật thực cho thầy.

Một hôm, người thợ kim hoàn cũng cúng dường thầy một bữa cơm như thường lệ. Thầy đang dùng cơm thì người thợ có việc phải ra ngoài. Người thợ khi ấy sơ ý có để một hạt kim cương rất quý ở ngay trên bàn. Thầy tỳ-kheo dùng cơm xong không dám đi ra vì chủ nhà chưa về, e có người lạ vào lấy mất hạt kim cương ấy. Bất ngờ, trong nhà có nuôi một con chim kéc, nó nhìn thấy hạt kim cương lấp lánh bỗng bay xuống đớp lấy và nuốt luôn vào bụng.

Khi người thợ trở về, nhớ đến hạt kim cương, không thấy ở trên bàn liền hỏi thầy tỳ-kheo rằng: "Nãy giờ tôi đi vắng, có ai vào đây chăng?"

Thầy tỳ-kheo trả lời: "Không, chỉ có một mình bần tăng ngồi đây thôi."

Người thợ kim hoàn bấy giờ nghi cho thầy tỳ-kheo lấy hạt kim cương, mới xẳng giọng: "Vậy thì hạt kim cương tôi để trên bàn này đâu mất rồi?"

Thầy tỳ-kheo lặng thinh.

Người thợ gặng hỏi nhiều lần, thầy vẫn lặng thinh. Anh ta nổi nóng và nghi quyết cho thầy đã lấy hạt kim cương, bèn dùng cây đánh đập thẳng tay, quyết làm cho thầy trả lại. Thầy tỳ-kheo bị đòn, máu ra lênh láng. Nhưng hễ người thợ hỏi đến hạt kim cương thì thầy chỉ nói rằng: "Bần tăng không có lấy hạt kim cương của ông."

Sau rốt, thầy tỳ-kheo bị đòn nhiều quá, ngã xuống ngất xỉu, máu phun đầy. Con kéc thấy máu, liền bay xuống toan uống. Nhưng vừa lúc ấy, người thợ vung cây đánh thầy tỳ-kheo, lại va nhằm con kéc sa xuống chết tươi. Chủ nhà vẫn còn giận sao thầy lớn gan giấu mãi, nên cứ đánh mãi. Thầy thấy con kéc đã chết rồi, thì mới đưa tay ngăn lại mà nói rằng: "Hạt kim cương mà ông nghi tôi lấy, là con kéc này đây lúc nãy đã đã nuốt vào bụng rồi."

Người thợ mới thôi đánh, lấy dao mổ bụng con kéc ra, quả nhiên thấy hạt kim cương của mình.

Bấy giờ, người thợ kim hoàn lấy làm hối hận, quỳ xuống xin lỗi thầy tỳ-kheo và hỏi rằng: "Thầy quả là người ngay thật, sao trước không nói ra cho tôi biết, để tôi phải nặng tay xúc phạm."

Thầy tỳ-kheo đáp rằng: "Như bần tăng nói ra, thì con kéc phải bị hại. Bần tăng tu hành giữ theo đạo lý, không nỡ làm hại đến ai, dù là loài vật cũng vậy. Thà là bần tăng chịu đòn, dù đến chết cũng không oán trách."

Chủ nhà càng thêm hối hận và kính phục thầy lắm. Còn thầy tỳ-kheo tuy bị đòn đau đớn, mà thần sắc vẫn ung dung như thường, không lộ vẻ giận hờn chi cả.

NGƯỜI THỢ NHUỘM

Thuở trước, có một lão thợ nhuộm sói đầu, thường ngày đem vải ra bờ sông mà giặt với đứa con trai. Giặt xong, lão mới xả, vắt cho ráo nước, rồi đem phơi nắng. Đồ khô, lão xếp lại và bỏ vào bao, rồi đem về nhà. Công việc đều đặn ngày nào cũng thế.

Một hôm, trời nắng gắt lắm, lóa cả mắt làm lão không thấy đường. Gần lề đường có một cây lớn, lão mới lấy bao vải để gối đầu, rồi nằm ngủ dưới gốc cây. Bỗng đâu có con muỗi bay lại đậu trên cái đầu sói của lão mà hút máu. Đứa con nhìn thấy, tức giận lắm. Nó nghĩ rằng: "Cha mình nhân lúc mệt mỏi nằm nghỉ, mà con muỗi khốn kiếp này nó dám đến hút máu, thật đáng giận quá."

Liền đó, sẵn cái đòn gánh một bên, nó mới giơ cao mà đập thật mạnh vào con muỗi. Muỗi chết, mà lão già tội nghiệp lãnh một đòn chí tử vào đầu cũng chết tươi.

Các nhà thông thái thường nói rằng: "Thà đối nghịch với người khôn ngoan còn hơn thân thiện với kẻ dại dột. Chuyện này cũng tương tự như chuyện "Con gấu và ông già" của thi sĩ pháp *La Fontaine*: Có ông già kia làm bạn với con gấu. Nhân một bữa ông ngủ trưa, có con ruồi đậu trên trán ông. Gấu giận ôm đá ném xuống, cố giết con ruồi, làm cho ông già cũng hết đường sống!

CHIM PHỤNG

Thuở xưa, có một con chim phụng chúa, có đến năm trăm vợ đẹp theo hầu. Nhưng vì chim phụng say mê một con công mái sắc xanh nên bỏ cả 500 cô vợ mà làm bạn trăm năm với con công mái.

Con công mái này kén ăn lắm. Nó thích trái đào và những trái ngon ngọt. Mỗi ngày, chim phụng đều phải đi kiếm thức ăn về cho tình nhân.

Một hôm, hoàng hậu trong cung đau nặng, nằm mộng thấy chim phụng, lại nghe có tiếng người mách rằng: nếu được ăn thịt chim phụng thì sẽ khỏi bệnh. Hoàng hậu thức dậy, kể lại giấc mộng cho vua hay. Vua truyền lệnh cho quân binh phải đi khắp nơi săn tìm cho được chim phụng. Hoàng hậu thì nói: "Ai bắt được chim phụng đem về đây, ta sẽ gả công chúa cho và thưởng một ngàn cân vàng."

Những người thợ săn trong xứ chia nhau đi khắp nơi để tìm chim phụng. Trong số đó có một người gặp được chim phụng đi với con công mái màu xanh, tại chỗ mà chúng thường đến kiếm ăn. Người thợ săn ấy liền lấy mật ong trộn với bánh, để ở mấy chỗ gần đó mà nhử cho chim phụng tới lấy về cho công mái ăn. Được năm ba lần, rồi anh ta lấy bánh với mật ong mà trét khắp thân mình, sau đó ngồi co một chỗ im lìm không động đậy. Chim phụng tới sát bên để lấy thức ăn, liền bị anh thợ săn tóm lấy.

Chim phụng bị bắt rồi, mới nói rằng: "Anh chịu nhiều khó nhọc, bày ra mưu chước tinh xảo như vậy để cố bắt lấy tôi, chắc là cũng vì mối lợi nào đó. Nay nếu anh chịu thả tôi ra, tôi sẽ chỉ cho anh một hòn núi bằng vàng. Anh có thể tới đó tha hộ lấy vàng về mà làm giàu hơn cả thiên hạ."

Anh thợ săn đáp: "Hoàng hậu có hứa rằng, hễ ai bắt được mi thì thưởng cho một ngàn cân vàng và gả công chúa cho." Nói rồi không chịu thả mà đem chim phụng về dâng nộp lên vua.

Chim phụng bị đưa đến chỗ vua, liền nói: "Muôn tâu bệ hạ! Nếu chỉ vì trị bệnh hoàng hậu mà bắt tôi, xin mang cho tôi một chút nước, tôi sẽ họa một câu linh phù vào đó thì nước có thể trị dứt bệnh hoàng hậu. Nếu không hiệu nghiệm, tôi cam chịu tội."

Vua nghe theo, rồi mang nước đã được chim phụng họa linh phù cho hoàng hậu uống, bệnh liền dứt ngay. Hoàng hậu còn trở nên xinh đẹp tuyệt sắc hơn xưa.

Chim phụng lại nói: "Tâu bệ hạ! Bây giờ tôi muốn lội xuống hồ này mà đọc một câu thần chú. Nước hồ sẽ trở thành nước thuốc. Hết thảy dân gian, ai có bệnh chỉ việc đến đây múc nước này uống, sẽ được mạnh khoẻ như thường. Nếu chẳng linh nghiệm, tôi chịu xử tội."

Vua ưng thuận. Chim phụng lội xuống hồ và đọc thần chú. Rồi hết thảy dân trong xứ nghe tiếng, bèn kéo nhau đến uống nước dưới hồ. Bấy giờ, kẻ điếc được nghe, kẻ mù được thấy, kẻ câm được nói, kẻ bướu được lành... Nói chung, nước ấy trị được hết thảy các loại bệnh tật.

Hoàng hậu dứt bệnh rồi và trong nước không còn ai đau ốm nữa, tất không còn ai để ý muốn hại chim phụng. Phụng biết như vậy, tâu với vua rằng: "Bệ hạ tha mạng sống cho tôi,

tôi đã vì ơn ấy mà cứu bệnh khổ cho hết cả nhân dân trong nước của bệ hạ. Như vậy cũng có thể gọi là đền đáp nhau rồi. Nay xin bệ hạ để cho tôi đi." Vua bằng lòng.

Chim phụng được thả ra, bay lên ngọn cây cao và nói rằng: "Trong đời này có ba kẻ điên." Vua hỏi: "Ba kẻ ấy là ai?" Chim phụng đáp: "Kẻ thứ nhất là tôi, kẻ thứ hai là người thợ săn, và kẻ thứ ba chính là bệ hạ."

Vua nói: "Vì sao ngươi nói thế, hãy giải thích cho ta nghe xem?"

Phụng đáp rằng: "Sắc đẹp của đàn bà là ngọn lửa, nó đốt cháy tinh thần và thân thể chúng ta, và làm lụy cả cuộc đời ta nữa. Tôi đã bỏ năm trăm người vợ mà say mê theo một con công mái. Tôi phải đi kiếm đồ ăn ngon lành mà cung phụng cho nó, thành ra tôi là kẻ nô lệ của vợ. Rồi tôi bị người thợ săn bắt được. Ấy cũng vì đi kiếm thức ăn để nuôi nó mà suýt nữa thân mạng tôi đã không còn. Ấy là tôi điên.

"Còn với người thợ săn, tôi đã thật tình hứa chỉ cho anh ta một hòn núi bằng vàng, mà anh ta lại không kể gì đến mối lợi lớn lao ấy, chỉ tin trọn vào lời huyễn hoặc và phần thưởng nhỏ nhoi của hoàng hậu. Anh ta lại còn mong sẽ được kết duyên với công chúa. Trong đời, các lẽ điên khùng vô lý đều giống hệt theo đó cả. Người ta không ngó ngàng gì đến chân lý, mà lại chỉ tưởng đến những việc dối trá xảo mỵ mà thôi. Nào là họ ngả nghiêng nơi tửu điếm trà đình, nào là họ đắm vào những cuộc vui suốt sáng thâu đêm, nào là họ mê muội trong vòng hoa nguyệt tà dâm... Những tội ác ấy sanh ra lắm việc nguy hại, tan nhà nát cửa, rồi những kẻ si mê ấy đến chết phải đọa vào ba đường ác: địa ngục, ngạ quỷ, súc sanh. Mà dù những kẻ ấy có muốn trở lại sanh làm người tử tế, thì cũng chẳng dễ chút nào. Họ bị ác nghiệp lôi kéo, có khác nào một con chim đã mất cánh lại muốn bay lên trời! Này bệ hạ, sắc dục của đàn bà cũng giống như cái sự độc ác của bọn yêu quỷ, nó có thể làm cho tan nát cửa nhà, mà kẻ đã mê mẩn đắm say vào đó lại yêu quý vô cùng. Người thợ săn kia bỏ mối lợi lớn mà tin vào lời huyễn hoặc của một người đàn bà! Vì thế nên tôi nói là anh ta điên.

"Còn như bệ hạ, đã có được vị danh y có thần dược cứu được nhân dân cả nước. Hết thảy các bệnh khổ đều nhất loạt tiêu trừ, thiên hạ được hân hoan, già trẻ được vui cười. Thế mà bệ hạ không tìm cách giữ lại mà để cho nhà danh y ấy ra đi. Cho nên tôi nói bệ hạ điên."

CON CHỒN MUỐN CƯỚI CÔNG CHÚA

Thuở xưa, có một vị tu sĩ lánh mình trong động núi sâu mà tụng kinh. Có một con chồn thường đến nghe kinh. Nó hiểu được ít nhiều trong các đoạn kinh, tự cho như vậy là mình khôn ngoan lắm. Nó mới nghĩ rằng: "Nay ta đã hiểu được lời giảng trong kinh, ta phải làm vua trong loài thú mới xứng!" Nó nghĩ như vậy, bèn đứng dậy đi.

Rồi nó gặp một con cáo ốm, liền xông tới toan giết. Con cáo ốm hỏi: "Sao anh muốn giết tôi?" Nó đáp: "Ta là chúa các loài vật. Ngươi gặp ta không hạ mình, mang tội khi quân. Tội ấy là tội chết nên ta giết ngươi." Con cáo sợ nói: "Xin ngài tha cho, tôi sẽ theo hầu ngài."

Rồi hai con cùng đi tới nữa. Con đi trước gặp một con cáo khác. Nó cũng đòi giết. Con này phải xin tội và nguyện theo hầu nó như con trước. Cứ vậy, nó đi tới mãi, chiêu mộ được cả thảy giống chồn cáo.

Rồi nó dùng chồn cáo mà làm chúa cả thảy loài voi. Kế nó lại dùng loài voi mà làm chúa cả thảy loài cọp. Sau nó lại dùng loài cọp mà đứng đầu cả thảy loài sư tử. Sau rốt, nó tự xưng là chúa tể các loài vật.

Khi nó làm chúa thú, nó lại nghĩ rằng: "Bây giờ, ta đã nghiễm nhiên là một vị thiên tử. Ta không nên cưới vợ tầm thường trong loài cầm thú."

Nó liền cưỡi trên một con voi lớn mà đi đến thành Ba-la-nại. Phía sau, quân thú sắp hàng nối đuôi nhau hằng hà sa số. Vua trong thành phái sứ ra hỏi rằng: "Các ngươi là loài thú, sao lại dám rầm rộ kéo về đây như vậy?" Chồn đáp: "Ta là vua loài thú, nay ta đến đây là xin cưới công chúa trong cung. Có thuận theo thì tốt, bằng không chịu gả công chúa cho ta, ta sẽ đạp nát cả thành này." Sứ giả trở về đem lời ấy tâu lên vua.

Vua hội quần thần bàn cách đối phó. Các quan đều tâu rằng: "Bệ hạ nên trao công chúa cho nó. Vì sao? Là vì trong nước ta chỉ có voi với ngựa là mạnh hơn hết. Ta có voi với ngựa, mà chúng nó lại có sư tử. Hễ ngựa với voi nghe hơi sư tử thì hoảng sợ mà bò mọp xuống đất. Như vậy, ra trận ắt ta phải thua, cũng đủ bị mấy con thú ấy đạp chết. Bệ hạ không nên tiếc một người con mà làm mất cả đất nước."

Lúc ấy, duy có một ông quan đại thần là người thông minh, mưu trí, lên tiếng tâu rằng: "Hạ thần đọc sách cổ kim, chưa từng thấy có công chúa lại đem gả cho một con thú hèn. Tuy hạ thần là kẻ tài sơ trí thiển, nhưng chỉ muốn giết quách con cáo ấy đi và thả cho các loài thú phân nhau đi tứ tán."

Vua hỏi làm thế nào. Quan đại thần ấy đáp: "Bệ hạ cứ phái sứ sang định ngày giao chiến, rồi giao ước với nó rằng, đến ngày đó nếu như để sư tử đi tiên phong, thì phải đánh nhau trước rồi mới rống sau. Con chồn tất ngỡ rằng mình sợ tiếng rống của sư tử, thế nào nó cũng để sư tử đi tiên phong và bắt rống trước rồi mới đánh sau. Đến ngày ấy, bệ hạ chỉ việc truyền cho trong thành ai nấy đều nhét chặt lỗ tai lại và chờ xem kết quả."

Vua nghe theo lời, cho sứ ra định ngày giáp chiến và y theo kế của quan đại thần. Đến ngày giáp trận, vua lại phái sứ sang giao hẹn lại như trước. Rồi vua cho quân kéo ra.

Khi hai bên giàn quân chỉnh tề, sắp đánh nhau, chồn liền ra lệnh cho sư tử rống lên. Nhưng chồn ta vừa nghe tiếng rống của sư tử, trái tim liền vỡ ra làm bảy mảnh, ngã nhào từ trên lưng voi xuống đất. Liền đó, bao nhiêu loài thú khác đều chạy tứ tán hết.

LẤY ĐUÔI LÀM ĐẦU

Thuở xưa, có một con rắn lớn, hằng ngày đi kiếm ăn trong rừng. Một hôm, đuôi rắn với đầu rắn sanh chuyện đối nghịch cãi vã nhau. Đuôi thấy mình cứ phải theo sau mãi, còn đầu thì được đi trước một cách oai vệ thì tức lắm, phàn nàn. Nó đòi được đi trước.

Đuôi mới nói rằng, mình khỏe và to hơn, đáng lãnh phần trước. Nhưng đầu nói rằng, mình phải đi trước luôn, bởi vì có tai để nghe, có mắt để thấy, khỏi bị lầm lạc, và nhất là có miệng để ăn mà giúp cho đuôi được sống. Nó lập luận rằng, như miệng mà không chịu ăn nữa, thì đuôi sống thế nào? Đầu lại còn nói rằng, mình rờ rẫm được tất cả, thì cái trách nhiệm đàn anh phải thuộc về mình.

Nhưng đuôi không chịu thua, cãi lại rằng: "Nếu không có tôi thì làm sao anh đi được? Rồi nếu tôi quấn vào gốc cây trong năm ba ngày, chừng ấy miệng anh lấy gì mà ăn, chẳng phải anh sẽ chết đói hay sao?"

Rồi đuôi nói sao làm vậy, liền quấn chặt vào gốc cây, khiến rắn không thể bò đi đâu được mà kiếm ăn. Qua mấy ngày, đầu đói khát quá, ngóc dậy không nổi, sợ chết, bèn chịu thua và nhận đuôi làm bề trên mà nhường cho đi trước. Nó nói: "Thôi, từ nay anh cứ đi trước, còn tôi thì theo sau." Đầu nói xong, hai đàng đều thay bực đổi ngôi.

Nhưng đi trước được một lát, đến một cái hố có lửa đang cháy mạnh. Đuôi vốn không quen đi trước, trườn ngay vào đám lửa bị bỏng da cháy thịt, đau đớn vô ngần. Cũng may, khi ấy đầu hoảng quá không còn nhường nhịn gì nữa, mới quay ngoắc lại mà bò tránh ra xa, nhờ vậy mà rắn khỏi chết cháy.

Từ đó, đuôi chẳng bao giờ còn tranh đi trước nữa.

SƯ TỬ VÀ CON CHIM NHỎ

Một buổi sáng kia, vừa mới rạng đông, vua sư tử thức dậy, đứng yên không lay động. Rồi chúa sơn lâm rống lên một tiếng chấn động cả đất trời. Liền đó, các loài thú đều nằm mọp, các loài chim đều xếp cánh rơi xuống. Khi ấy sư tử mới đi kiếm ăn. Gặp một con voi, sư tử giết voi và xé thịt ăn tươi. Chẳng may có một cái xương voi chặn ngang nơi cuống họng, không cách chi lấy ra được. Sư tử bị mắc xương, lấy làm đau nhức, sống thì khó chịu, mà chết cũng không xong!

Bỗng đâu có một con chim nhỏ đang bắt sâu, thấy sư tử rên la thì dừng lại đứng nhìn. Sư tử liền mở toác hàm ra và nói rằng: "Này chim ơi! Như ngươi gắng cứu được ta thì ta không quên ơn ngươi. Về sau, kiếm được mồi ta sẽ chia cho ngươi."

Chim nghe nói động lòng, mới bay vào miệng sư tử và ráng hết sức mổ rớt miếng xương ra. Sư tử nhờ đó mà thoát hiểm.

Vài hôm sau, sư tử đi kiếm ăn, được thịt rất nhiều. Chim nhỏ đậu gần đó, ngỏ lời xin chút ít đồ ăn. Sư tử không thèm đáp, lại ngâm một bài thơ để chế nhạo chim rằng:

Oai quyền một cõi chúa sơn lâm,
Quen tánh nhai bay, lũ thú cầm.
Mặc sức ăn tươi, xương chất đống.
Tha hồ xơi nóng, thịt đầy mâm.

Vì ngươi trót dại nên ta bảo,
Này chúa đã dung thả khỏi hàm.
Một lúc khá thương nên chẳng nỡ,
Sao mày lại vội phụ ơn thâm?

Ấy là nó bảo con chim nhỏ phải nhớ ơn nó đã tha cho thoát ra khỏi hàm mà không nhai xác. Đã vậy sao còn dám đòi hỏi nó chia thức ăn cho?

Chim nhỏ nghe xong liền ngâm một bài hoạ lại rằng:

Nhỏ nhen chút phận chốn sơn lâm.
Nên chẳng nề chi mạng tiểu cầm.
Nào phải kể ra ơn chút dạ,
Mà sao lại tiếc thịt đầy mâm?
Ví chăng đó trọn lời nguyền trước,
Thì tớ còn phen cứu lấy hàm.
Vẹn vẽ đôi bên ta xử khéo,
Tấm lòng quân tử tớ ghi thâm.

Ấy là nó nhắc khéo, giữ theo lễ phép của kẻ bề dưới, nhưng cũng ngầm đe sư tử rằng "lần này còn lần khác". Song sư tử chẳng đếm xỉa gì đến, bỏ đi.

Chim mới nghĩ rằng: "Mình ra ơn cứu lấy mạng nó, mà nó trở lại khinh thị mình. Bây giờ ta phải quyết theo sau mà trả thù. Nếu chẳng rửa được hận, thề chẳng đội trời chung."

Từ đó, chim cứ bay theo mãi. Đâu đâu, nó cũng bám sát theo sư tử mà chờ dịp. Một bữa kia, sư tử giết rất nhiều con thú, ăn thật no nê rồi nằm lăn ra ngủ, không lo sợ đề phòng chi cả. Chim nhỏ mới bay lại gần, đậu lên trán sư tử, rồi dùng hết sức lực mà mổ lọt ra hết một tròng mắt. Sư tử đau đớn sảng sốt, vùng dậy ngó quanh quất chẳng thấy ai, duy chỉ có một con chim nhỏ đậu trên cây, mới hỏi rằng: "Vì sao ngươi lại mổ đui mắt ta?"

SƯ TỬ VÀ CON CHIM NHỎ

Chim chậm rãi đáp lại rằng một bài thơ rằng:

Này ai là kẻ phụ ơn sâu.
Đem tấm lòng nhân chuốc lấy thù.
Rày đã dung cho còn một mắt,
Ấy là giúp đó nghĩa thâm sâu.
Chúa lâm oai dữ từng ngang ngửa,
Chim chóc thân hèn dễ khật khù!
Rày kíp đôi ta thôi tách nẻo,
Cũng đừng để hận mãi cho nhau.

SƯ TỬ VÀ CHÓ SÓI

Thuở xưa, trên dãy Hy-mã-lạp sơn có một con sư tử chúa sơn lâm, làm chúa đến năm trăm con sư tử khác. Sư tử chúa ngày càng già, thường bị bệnh, cho nên thân hình gầy ốm, mắt mờ.

Một hôm, chúa sư tử dắt năm trăm con sư tử đi, rủi sụp chân té xuống một cái hầm khô. Năm trăm con sư tử liền bỏ đi, không thèm cứu. Lúc đó, gần hầm có một con chó sói nhỏ. Thấy sư tử chúa bị nạn, nó nghĩ rằng: "Mình ở núi này được bình yên và được ăn thịt no nê, thoả thích, ấy là nhờ đức lớn của ngài. Nay vua bị nạn, nỡ nào ngồi ngó cho đành?"

Bấy giờ gần hầm có một vũng nước lớn, chó sói bèn lấy chân mà tát nước qua hầm. Cho đến khi nước ngập đầy hầm, sư tử mới nhờ đó nổi lên mà ra khỏi.

Cho nên nhân đây mới có thơ rằng:

Oai thế vang lừng thảy chúng ghê,
Còn khi nhờ đến bọn hèn quê.
Chớ khinh kẻ thấp tài sơ siển,
Hùm mạnh nhằm phen chó cứu về.

Thi sĩ *La Fontaine* có chuyện ngụ ngôn "Sư tử và chuột" nội dung khá tương tự với chuyện này. Ông cũng cho rằng, dù người có sức mạnh và oai thế đến đâu, cũng có khi phải nhờ đến những kẻ thấp hèn hoặc yếu kém hơn mình. Trong chuyện của ông, chúa sơn lâm nhân khi ngoạn cảnh bị vướng bẫy, vẫy vùng mãi không sao ra được, may nhờ có con chuột đến cắn đứt dây mà cứu thoát cho. Cũng như chó sói nhỏ nhen kia tát nước mà cứu được chúa sư tử ra khỏi hầm.

QUẠ, CHÓ SÓI VÀ NHÀ SƯ

Thuở xưa, có một người chết, người nhà đem thây ra bỏ trong rừng, dưới gốc cây. Liền đó, có một con chó rừng và một con quạ tìm đến để ăn thây chết. Hai con gặp nhau, chào hỏi và khen tặng nhau lắm lời. Quạ ngâm thơ khen chó sói rằng:

Chúa lâm quả thật tốt hình dung,
Đầu láng như sư trước cửa không.
Lông lá mịn màng, nai dễ sánh?
Dịu dàng tướng tá điệu phù dung.

Chó nghe, lấy làm khoái ý, đứng dưới gốc cây ngước lên hoạ lại rằng:

Này ai trên đó tiếng ung dung,
Ngôn ngữ ra màu sắc với không.
Trí tuệ sáng soi cùng bốn hướng,
Thánh hiền đâu kém đức nhiêu dung.

Quạ nghe, hết sức vui lòng, bèn ngâm thêm một bài nữa tặng chó rằng:

Đường đường thánh đế há thường nhân?
Bởi biết ngài đây tớ đến gần.
Vua cả, loài hươu nào dám ví,
Rõ ràng long thể đẹp mười phân.

Chó lại càng khoái ý hơn, hoạ lại rằng:

Lời ngay vốn của bực cao nhân,
Ta lại biết ta, há chẳng gần?
Quân tử một phen cùng hội hiệp,
Âu là xơi thịt một vài phân.

Gần đó có một vị sư đã lánh mình vào nơi thanh tĩnh để

tu tập. Thật là một người trong sạch, thông minh, lại đang dốc chí tu học.

Nhà sư nghe hai con vật quái gở khen tặng nhau qua lại như vậy, bèn nghĩ rằng: "Hai con vật này cứ ca tụng nhau bằng những lời hoa mỹ cầu kỳ đến vô lý, không có chỗ nào là thành thật cả."

Ngài liền đọc lên một bài thơ rằng:

Nhố nhăng bay những nói dông dài,
Hẳn thật là bay láo cả hai.
Ẩn núp ăn theo ba miếng thúi,
Lại còn múa mép với khoe tài.

Quạ nghe nhà sư châm biếm như thế thì giận lắm, mới ngâm hoạ lại rằng:

Cớ chi lão trọc bảo dông dài,
Hùm, phụng từng ưa thịt cả hai.
Thế sự nguôi chưa mùi tục luỵ?
Còn mong cướp lấy sắc hay tài?

Nhà sư thấy con quạ này còn ra sức cãi bướng, bèn đọc thêm một bài nữa rằng:

Lối cây hôi hám thúi khôn tày,
Cầm thú đâu còn léo hánh đây.
Một nắm đất hoang nơi rậm cỏ.
Ba bề rừng vắng chỗ chôn thây.
Khen cho quạ, sói là khôn vậy.
Tiếc bấy phụng, hùm chẳng biết thay!
Hai mặt gầm ăn người chết rục,
Lại còn xưng tụng khách cao tay!

Sự đời vẫn thế. Những kẻ dốt và bất tài lại thường hay hợm mình khoe khoang, nhất là khi có ai tâng bốc và bợ đỡ, thì họ càng vui thích biết bao! Như có ai trực tâm nói thẳng, họ chẳng bao giờ chịu nghe để sửa mình, mà lại còn sanh lòng oán ghét nữa.

MÈO VÀ GÀ

Thuở trước, trong một khu rừng rất lớn có một con mèo cái thường đi rình bắt mồi. Một hôm, mèo đi cả ngày mà chẳng được miếng ăn nào. Nó đói bụng lắm và thèm ăn đến chảy nước dãi. Rồi nó nhìn lên cây, thấy con gà rừng đang đậu trên đó, mập mạp và lông lá tươi tốt lắm. Gà vốn hiền lành, hay thương mến các loài vật khác. Nhưng mèo thấy gà thì đã muốn hại mạng rồi. Nó mới nhè nhẹ đến gần dưới cây, ngước đầu lên, dùng lời dịu ngọt mà ngâm một bài thơ tứ tuyệt để dụ dỗ rằng:

Duyên đâu ta khéo gặp nhau đây,
Phận thiếp thầm yêu những bấy chầy.
Chàng nếu chẳng chê là thấp thỏi.
Thì xin mời xuống để sum vầy.

Gà ở trên cây nghe xong họa lại rằng:

Tình cờ mà hội đó cùng đây,
Ta thật mừng cho biết chẳng chây.
Nhưng tớ hai chân, người bốn cẳng.
Làm sao có thể được sum vầy?

Mèo thấy có hơi trắc trở, nhưng cũng cố bồi tiếp một bài thơ nữa rằng:

Trong bấy lâu nay lịch duyệt nhiều,
Gót hèn rảo khắp dám đâu kiêu.
Phồn hoa lắm kẻ mình quen biết,
Thôn dã như ngươi, tớ mới chiều.

Quân tử oai nghiêm xem đã thích,
Thuyền quyên đầm thấm thấy mà yêu.
Hay là tơ nguyệt xui ta đó,
Có nghĩa trăm năm kết chỉ điều.

Gà nghe tức cười, vì thấy mèo tưởng mình là dại nên cứ theo vỗ về mãi. Tuy vậy, gà cũng đáp lại bằng một bài tám câu:

Ta dẫu chưa khôn cũng ít nhiều,
Ngón nghề như thế mới là kiêu.
Trớ trêu với mổ lừa đâu mắc,
Sâu sắc cùng ai gạt bởi chiều.
Hai chữ a dua mà bảo thích,
Một niềm gao gắt ấy rằng yêu.
Nợ duyên gì lạ mà ngươi đặt?.
Chẳng nghĩa trăm năm, miếng thịt điều!

Mèo nghe gà miệt thị mà không thối chí, cứ dùng luôn cái nghề "ngọt bùi đánh lận". Cho nên nó mới tiếp một bài nữa rằng:

Tài tử giai nhân nợ sẵn sàng,
Thế mà nỡ phụ khách đa mang.
Vui chi cái kiếp bay thơ thẩn,
Sướng bấy cuộc đời nghỉ rảnh rang.
Ví đó muốn vầy tình nhẫm tịch,[1]
Thì đây nguyền vẹn nghĩa tào khang.[2]
Cùng nhau vì nết càng ưa mến,
Cùng bóng đôi bên thiếp với chàng.

---

[1] Nhẫm tịch (衽席): Chiếu và đệm để trải nằm, ý chỉ tình nghĩa vợ chồng chung chăn gối.

[2] Tào khang (糟糠): đúng ra phải đọc là tao khang, là bã rượu và cám gạo, những thức ăn chỉ người nghèo khó mới dùng đến, chỉ vợ chồng lấy nhau từ lúc hàn vi, dù đến khi giàu có cũng không quên tình nghĩa cũ.

Gà đã tức cười lắm rồi, nhưng vẫn có ý khôn, nếu lặng thinh thì thành ra bất tài, nên cũng đáp lại rằng:

Tráo trở là ngươi đứa sỗ sàng,
Bạc tình lại dám nói đa mang.
No nê bay khắp ca thong thả.
Đói khó dông cùng thốt tiếng ran.
Mắt đục, lông hồng đâu nhẫm tịch?
Hiền nhân, tục tử dễ tào khang?
Thôi đừng nói nữa mà vô ích,
Trên dưới riêng hai chẳng thiếp chàng.

Rồi gà muốn dứt chuyện mà bay đi, nên đọc một bài tứ tuyệt để đập tan cái ảo mộng lừa bịp của mèo. Thơ rằng:

Rày ta muốn dạy đứa si tâm,
Chớ tưởng là ta dễ mắc lầm.
Lẽ ác chẳng qua chân lý cả.
Hẳn mày chưa hiểu đạo cao thâm!

VƯỢN VÀ RÙA

Thuở xưa, có con vượn ở trên một cây lớn trong rừng. Vượn rất hiền lành, không sát sanh hại mạng, đói thì ăn hoa quả, khát thì uống nước khe. Vượn có làm bạn với một con rùa. Cả hai thân nhau, rất hợp ý nhau. Rùa thường đến chơi chỗ vượn, cùng nhau ăn uống và đàm đạo rất thích chí, nhất là hay bàn về luân lý, đạo đức lắm.

Vợ rùa thấy chồng thường hay đi chơi, đoán rằng chồng đi theo chó điếm mèo đàng. Mới hỏi chồng rằng: "Mình cứ đi hoài, vậy chứ mình tới nhà ai đó? Em sợ là mình mê sa theo trăng hoa đàng điếm thì việc nhà phải hỏng mất." Chồng cứ tình thật đáp: "Tôi làm bạn với anh vượn. Anh ấy khôn ngoan hiền hậu lắm, vả lại còn thông hiểu đạo lý nữa. Hễ tôi đi ra, tức là đến chơi nhà anh ấy, cùng nhau đem kinh sách ra mà bàn luận, học theo việc nhân từ hiền đức chứ nào có chơi bời lêu lổng đâu."

Nhưng vợ rùa không tin, cứ ngờ rằng chồng còn có ý gì khác, mà như vậy chắc phải là đồng mưu với anh vượn. Nó nghĩ vậy nên giận anh vượn lắm, mới tự nghĩ rằng: "Anh ấy quyến rũ chồng ta, làm cho chồng ta tới lui mãi. Ta phải lập kế mà giết quách đi, chồng ta mới không còn ra khỏi nhà nữa."

Chị ta liền giả đau, nói rằng mệt yếu lắm, và nằm liệt trên giường. Chồng chăm sóc kỹ lưỡng, thuốc men đủ món, nhưng bệnh cứ ngày càng thêm trầm trọng.

Vợ rùa nói với chồng rằng: "Bệnh em khác với bệnh thường. Mình lo lắng và thuốc men cho lắm cũng vô ích. Bây giờ chỉ có một vật ăn vào là dứt bệnh, ấy là mật của anh vượn làm bạn với mình đó. Như được cái mật của anh ấy, mạng sống của em mới mong cứu được."

Chồng nói: "Anh vượn là bầu bạn với tôi, cư xử hết tình với tôi, lấy lòng thành thật mà đãi tôi. Bây giờ bảo tôi hại mạng ảnh để cứu mạng em sao đành?"

Vợ nói: "Mình với em là tình vợ nghĩa chồng, tuy hai mà như một. Nhưng mình lại bỏ mặc em chết để giữ lấy con vượn xa lạ kia. Như vậy thì có còn gì là tình nghĩa vợ chồng."

Chồng bị vợ xúi giục mãi cũng xiêu lòng, vả anh ta cũng thương vợ lắm, nên đánh bạo đến nhà vượn và nói rằng: "Đã nhiều phen tôi lại nhà anh, nhưng anh chưa sang nhà tôi. Vậy hôm nay tôi mời anh qua bên tôi dùng cơm." Vượn nói: "Tôi ở trên đất liền, còn anh ở dưới nước, làm sao tôi xuống nhà anh cho được?" Rùa đáp: "Để tôi cõng anh trên lưng tôi. Anh cứ leo lên đi, trong tình anh em không có chi phải ngại."

Vượn ngồi trên lưng rùa mà đi. Khi đến nửa đường, rùa mới nói rằng: "Tôi muốn xin anh giúp cho một việc, nhưng không biết ý anh thế nào? Số là vợ tôi đau nặng, muốn xin cái mật của anh để ăn cho lành bệnh." Vượn đáp: "Cơ khổ! Sao anh không nói sớm? Tôi lại bỏ quên cái mật trên cây rồi. Vậy thì ta trở lại cho mau để lấy mà đem theo."

Rùa liền quày đầu cõng vượn trở lại. Đến nơi, vượn phóng được lên cây rồi thì nhảy nhót coi bộ rất vui vẻ. Rùa hỏi rằng: "Sao anh không lấy mật xuống mà đi với tôi, lại ở trên cây mà nhảy nhót?" Vượn đáp: "Trong đời hẳn không còn ai khờ dại hơn anh nữa. Tôi chỉ có một cái mật, làm sao lại bỏ quên trên cây được? Này, lúc trước chúng ta là bằng hữu, tôi đem hết tình ý mà đãi anh, còn anh thì lại nghe lời xúi giục của đàn bà mà muốn hại mạng tôi. Thôi từ đây chúng ta nên tách nhau mỗi người một ngả là hay hơn cả."

Rùa nghe vượn nói, lấy làm xấu hổ, rụt đầu bò đi một nước.

Cũng như con rùa ấy, trên đời này cũng không ít người cạn xét, chỉ vì nghe theo lời xúi giục của đàn bà mà phạm vào nhiều điều tội lỗi, thành ra bè bạn và thân thuộc phải xa lìa.

BẦY NGỰA XAY LÚA

Thuở xưa, trong xứ Ấn Độ có một vị vua nuôi đến năm trăm con ngựa chiến. Trong nước thái bình đã lâu, không xảy ra những chuyện binh đao. Vua thấy ngựa chiến không còn dùng đến mà phải săn sóc tốn hao, nên định dùng ngựa làm việc khác để sinh lợi.

Nghĩ vậy, vua mới truyền lệnh dùng cả thảy năm trăm con ngựa chiến ấy vào việc kéo cối xay lúa. Tội nghiệp! Ngựa vốn quen giong ruổi trong việc chiến tranh, mà nay phải đi mãi theo một vòng tròn để kéo cối xay lúa thì làm sao được? Nên chúng vùng vẫy mà cưỡng lại. Nhưng theo lệnh vua, người ta quyết rèn cho chúng làm được công việc mới, liền bịt mắt ngựa lại, lấy dây buộc vào cối, rồi lấy roi quất ngựa kéo đi vòng tròn mà xay lúa cả ngày. Ban đầu chưa quen, nhưng lâu dần rồi ngựa cũng xay lúa được. Nhà vua lấy làm hài lòng về quyết định sáng suốt của mình, vì ít ra thì chúng cũng có việc làm để sinh lợi. Lâu dần, năm trăm con ngựa chiến thuần của vua trở thành bầy ngựa chuyên xay lúa.

Ngày kia, bỗng có quân giặc kéo đến xâm lấn, vây chặt cả thành. Bấy giờ, vua truyền lệnh dắt ngựa ra, thắng yên cương vào như trước để ra trận đánh giặc. Nhưng quân tướng vừa cưỡi lên, thì ngựa vùng vẫy không chịu xông ra trận, lại cứ chạy quanh mãi theo vòng tròn. Quân tướng dùng roi mà đánh rất đau, nhưng càng đánh ngựa càng chạy, cũng chỉ chạy theo vòng tròn loanh quanh mà thôi. Bởi thế, quân giặc nhanh chóng chiếm được thành và bắt giết vua.

Có tài trí mà đem dùng vào những việc tầm thường, thấp kém, tưởng cũng là một sự tai hại không nhỏ vậy. Tâm trí ta khác nào con ngựa chiến, cần phải trau giồi, rèn luyện nó, tập cho nó chiến thắng được những phiền não, mê dục, để tinh thần ngày càng trở nên thanh cao. Nếu để nó chạy theo những tham muốn nhỏ nhặt, tầm thường, thì có khác nào những con ngựa chiến kia phải đi xay lúa? Rốt cùng, ta phải bị lũ giặc tham dục khống chế mà gây bao tội lỗi, tinh thần phải sa vào chỗ ngu si thấp hèn mãi mãi.

QUẢ BÁO HIỆN TIỀN

Trong kinh Đại Bát Niết-bàn, quyển 31, đức Phật Thích-ca Mâu-ni có kể lại cho Bồ Tát Sư Tử Hống nghe câu chuyện tiền thân của ngài như sau:

Ta nhớ lại thuở xưa, ta sanh ở miền nam Ấn Độ, tại thành Phú-đan-na, trong một nhà Bà-la-môn. Thuở ấy, có vị vua tên là Ca-la-phú, tánh tình bạo ác, kiêu mạn tự đại, lại đang tuổi thanh xuân cường tráng, ham mê năm dục.

Thuở ấy, vì muốn độ chúng sanh, ta ở phía ngoài thành, ngồi yên tham thiền. Nhằm lúc tiết trời đầu xuân, trăm hoa đua nở, vua ấy dẫn theo quyến thuộc của mình cùng với cung nhân thể nữ, ra ngoài thành mà du ngoạn.

Vua đi vào trong rừng một rừng cây, mặc tình vui thú. Khi ấy, các thể nữ bèn bỏ vua mà đi dạo chơi, sau cùng đến chỗ ta ngồi. Lúc ấy, muốn dứt lòng tham muốn của các cô, ta mới thuyết pháp cho các cô nghe.

Rồi vua đi tìm các cô, nhìn thấy ta liền sanh ác tâm, phán hỏi ta rằng: "Nay ông đã đắc quả A-la-hán rồi sao?"

Ta đáp: "Chẳng đắc."

Lại hỏi: "Ông đã đắc quả Niết-bàn rồi chăng?"

Ta đáp: "Chẳng đắc."

Lại hỏi nữa: "Nay như ông chưa đắc hai quả ấy, tức là người còn đầy phiền não tham dục, làm sao lại có thể mặc tình nhìn ngó các nữ nhân của trẫm?"

Ta liền đáp rằng: "Đại vương! Ngài nên biết rằng, nay tôi

chưa đoạn trừ hết phiền não tham dục, nhưng trong tâm tôi thật không có một mảy may vướng mắc."

Vua nói: "Lão ngu si này! Có những tiên nhân chỉ hớp khí trời, ăn trái cây mà sống, nhưng thấy sắc đẹp còn tham. Huống hồ ngươi đang tuổi thạnh tráng, chưa đoạn tham dục, làm sao thấy sắc mà bảo là không vướng mắc?"

Ta đáp: "Đại vương! Thấy sắc chẳng vướng, thật không do ở sự hớp khí trời và ăn trái cây, mà là do biết buộc tâm vào những lẽ vô thường, bất tịnh."

Vua phán: "Nếu mình khinh thị kẻ khác mà sanh sự phỉ báng, làm sao đáng gọi là người tu trì tịnh giới?"

Ta đáp: "Đại vương! Nếu ai có lòng đố kỵ, mới có phỉ báng. Tôi không có lòng đố kỵ, sao ngài nói tôi phỉ báng?"

Vua lại hỏi: "Đại đức! Sao gọi là giới?"

"Đại vương! Nhẫn nhục gọi là giới."

"Nếu nhẫn là giới, vậy ta sẽ cắt tai của ông. Nếu ông nhẫn được, ta sẽ biết ông là người trì giới."

Vua liền cắt tai của ta. Bấy giờ ta bị cắt tai mà thần sắc vẫn không biến đổi. Thấy việc ấy rồi, quần thần của vua liền can gián vua rằng:

"Chẳng nên hại thêm vị Đại sĩ ấy."

Vua phán với các quan rằng: "Làm sao các ngươi biết rằng ông ấy là Đại sĩ?"

Các quan đáp: "Vì chúng tôi thấy rằng, đang lúc thọ khổ mà vẻ mặt ông ấy vẫn an nhiên không hề biến đổi."

Vua lại nói rằng: "Trẫm sẽ thử lần nữa, để xem có biến hay là chẳng biến."

Liền đó, vua xẻo mũi ta, chặt tay chân ta.

Bấy giờ, ta đã trải qua vô lượng vô biên đời sống mà tu tập từ bi, thương xót chúng sanh khổ não, cho nên khi bị hành hình như thế, bốn vị thiên vương đem lòng phẫn nộ, đổ mưa xuống bằng mọi thứ: cát, sạn, sỏi đá...

Vua thấy vậy rất kinh sợ, bèn đến trước chỗ ta ngồi, quỳ mọp xuống bạch rằng: "Xin ngài thương xót, nghe tôi sám hối!"

Ta nói: "Đại vương! Trong lòng tôi không sân hận, không hề giận ngài."

Vua hỏi: "Đại đức! Làm sao tôi biết được rằng lòng ngài không sân hận?"

Ta liền lập lời nguyện rằng: "Nếu quả thật tôi không có sân hận, thì khiến thân tôi bình phục như xưa!" Ta phát nguyện vừa xong, thân thể liền bình phục.

Phật kể xong câu chuyện này, dạy rằng: "Ấy gọi là quả báo hiện tiền do hạnh nguyện của một vị Đại Bồ Tát."

SINH RA TRONG LỬA

Lúc ấy, đức Phật đến ngụ tại thành Chiêm-bà (*Campaka*), kinh đô xứ An-ga. Bấy giờ, trong thành có một vị đại trưởng giả không con kế tự. Ông này theo phụng sự 6 ông thầy ngoại đạo, gọi là Lục sư, để nhờ họ cầu cho ông được có con nối dòng.

Rồi chẳng bao lâu, người vợ mang thai. Trưởng giả mừng lắm, đến chỗ Lục sư, vui vẻ hỏi rằng: "Thưa các ngài, vợ tôi đang mang thai, không biết đó là trai hay gái?"

Lục sư đáp rằng: "Bà sẽ sanh con gái."

Nghe rồi, trưởng giả lấy làm buồn khổ, phiền muộn. Có người bạn đến chơi, hỏi trưởng giả rằng: "Tại sao anh sầu não như vậy?"

Trưởng giả đáp rằng: "Vợ tôi mang thai, tôi chưa biết là trai hay gái, nên có đến hỏi các thầy Lục sư. Các thầy dạy rằng: "Như tướng pháp của chúng ta, ắt bà sẽ sanh con gái." Tôi tự xét rằng mình đây tuổi già, giàu có vô cùng, nếu chẳng có con trai, thì lấy ai nối dòng? Vì thế nên tôi sầu khổ."

Người bạn ấy nói rằng: "Anh không có trí tuệ. Từ trước tới nay, anh chẳng nghe biết gì sao? Ba anh em các ngài Ưu-lâu-tần-loa Ca-diếp là đệ tử của ai? Của Phật hay của Lục sư? Nếu Lục sư là bậc Nhất thiết trí, tại sao anh em Ca-diếp bỏ đi mà chẳng thờ, lại đến làm đệ tử Phật.

"Lại nữa, ngài Xá-lợi-phất với Mục-kiền-liên, rồi các vị quốc vương, đại vương Tần-bà-sa-la, các vị phu nhân của các vua, phu nhân Mạt-ly... cho đến các vị trưởng giả có danh của các nước như Tu-đạt-đa... Những người như vậy, há chẳng phải đều đến làm đệ tử Phật hay sao?

"Cho đến Quỉ vương Khoáng Dã hại người, vua A-xà-thế hung bạo, con voi say Hộ Tài muốn hại Phật, Ương-quật-ma-la ác tâm mãnh liệt muốn giết cả mẹ mình... những hạng quỉ thần, người, vật như thế, há chẳng phải đều được Như Lai điều phục cho trở nên hiền lương, thuần hậu hay sao?

"Này anh bạn, Như Lai Thế tôn thấy biết tất cả các pháp một cách vô ngại, cho nên tôn xưng là Phật. Lời của ngài nói ra đều là chân lý duy nhất, cho nên xưng là Như Lai. Ngài đoạn trừ hết phiền não, cho nên xưng là A-la-hán. Chỗ thuyết dạy của Thế Tôn là chân thật không phân hai lẽ. Lục sư ngoại đạo vốn không được như thế, làm sao anh có thể tin họ được?

"Hiện nay, Như Lai đang an trụ gần đây, nếu anh muốn biết rõ, nên đến chỗ ngài mà thưa hỏi."

Trưởng giả liền đi với người bạn ấy, đến chỗ Phật ngự, cúi đầu và mặt làm lễ sát chân Phật, đi nhiễu quanh Phật ba vòng, rồi chắp tay quỳ mọp xuống, thưa rằng: "Thế Tôn! Ngài đối với chúng sanh là bình đẳng không hai, lòng thương xót không phân biệt kẻ oán, người thân. Con nay bị dây ái luyến trói buộc, chưa thể dứt bỏ sự phân biệt giữa kẻ oán với người thân. Nay con muốn thưa hỏi Như Lai Thế Tôn, nhưng tự thấy rất thẹn thuồng, sợ sệt, nên chưa dám phát ra lời.

"Bạch Thế Tôn! Vợ con mang thai, Lục sư đều nói rằng sẽ sanh con gái. Xin ngài dạy cho việc ấy thế nào?"

Phật dạy: "Trưởng giả! Đứa con mà vợ ngươi đang mang thai đó, chắc chắn là một bé trai. Trẻ ấy sanh ra rồi sẽ có phước đức không ai sánh bằng."

Nghe lời Phật dạy như thế, trưởng giả rất vui vẻ, bèn lạy từ trở về nhà.

Khi ấy, Lục sư nghe nói Phật đã nói rõ rằng đứa trẻ sắp chào đời là con trai và có phước đức lớn, họ liền sanh lòng tật đố. Họ dùng trái am-la, hoà với thuốc độc, đem đến nhà trưởng giả, nói với người rằng: "Khoái thay! Sa môn Cồ-đàm nói hay về tướng của vợ con ngươi. Khi nào vợ ngươi sắp sanh, nên cho uống thuốc này. Uống thuốc này rồi, đứa con sẽ được đoan chánh, bà mẹ không có bệnh hoạn."

Trưởng giả vui vẻ, thọ lãnh độc được của họ, đưa cho vợ uống. Uống rồi, bà ấy chết. Lục sư ngoại đạo lấy làm mừng rỡ, đi khắp thành thị, rêu rao rằng: "Sa môn Cồ-đàm đã nói trước rằng vợ trưởng giả ấy sẽ sanh con trai, đứa con ấy sẽ có phước đức lớn, trong thiên hạ chẳng ai hơn. Nay đứa con chưa sanh mà người mẹ đã mất mạng."

Khi ấy, trưởng giả mất vợ liền sanh tâm bất tín đối với Phật. Ông ta mới y theo chế pháp, tẩm liệm quan quách, đưa ra ngoài thành, chất nhiều củi khô, lấy lửa mà thiêu xác.

Khi ấy, Phật dùng đạo nhãn thấy rõ mọi việc, liền dạy ngài A-nan rằng: "Đem áo đến cho ta, ta muốn đến đó phá diệt tà kiến."

Ngay lúc đó, Thiên vương Tỳ-sa-môn phán với đại tướng Ma-ni-bạt-đà rằng: "Nay Như Lai muốn ngự đến vùng mồ mả ấy, khanh nên mau tới đó trước, dọn dẹp quét rửa sạch sẽ, đặt tòa sư tử trang nghiêm, cùng với hương hoa tinh khiết thơm đẹp mà trang hoàng chỗ đất ngài sắp đến."

Rồi Phật đi đến chỗ thiêu xác vợ trưởng giả. Nhìn thấy đức Phật từ xa đi lại, Lục sư liền nói với mọi người rằng: "Sa môn Cồ-đàm đến viếng chỗ mồ mả này đặng kiếm thịt ăn chớ gì?"

Khi ấy, có những đệ tử xuất gia chưa đắc pháp nhãn, cùng với nhiều người trong hàng nam cư sĩ, ai nấy đều ôm lòng hổ thẹn, bạch với Phật rằng: "Người đàn bà ấy quả đã chết rồi, xin ngài không nên đến đó."

Tôn giả A-nan liền nói với mọi người rằng: "Hãy chờ một chút! Đợi xem Như Lai sẽ mở rộng cảnh giới của chư Phật."

Khi Phật đã đến nơi, ngự lên toà sư tử, trưởng giả trong lòng bực tức, vặn hỏi Phật rằng: "Ngài xưa nay không nói hai lời nên được xưng là Thế Tôn! Nay ngài nói quyết là sanh con trai, mà người mẹ đã chết thật rồi, làm sao sanh con trai?"

Phật nói: "Trưởng giả!. Lúc trước ngươi thật không có hỏi ta rằng người mẹ thọ mạng dài hay ngắn, ngươi chỉ hỏi ta rằng cái thai mà người mẹ đang mang là trai hay gái mà thôi. Chư Phật Như Lai chẳng hề nói hai lời. Cho nên ngươi phải biết rằng, ngươi chắc được con trai."

Lúc ấy, tử thi bị lửa thiêu, bụng nứt toạc một đường. Trong đó, đứa con hiện ra, ngồi đoan trang trong lửa, dường như chim uyên ương đậu trên toà sen.

Lục sư ngoại đạo thấy vậy liền nói rằng: "Yêu mị! Cồ-đàm thật khéo làm trò ảo thuật!"

Trưởng giả nhìn thấy con rồi, trong lòng vui vẻ, gặn hỏi Lục sư ngoại đạo rằng: "Nếu các ông nói là ảo thuật, sao các ông chẳng làm như vậy thử xem?"

Bấy giờ, đức Phật bảo Kỳ-bà rằng: "Ngươi hãy đến bồng đứa trẻ ấy lại đây."

Kỳ-bà vừa muốn đi, Lục sư đứng cản trước mặt, nói với Kỳ-bà rằng: "Chỗ hóa tác ảo thuật của sa-môn Cồ-Đàm, vị tất đã là chắc chắn, có khi được, có khi chẳng được. Nếu như chẳng được, tất là có hại cho ngươi. Sao nay ngươi vội tin lời ông ấy?"

Kỳ-bà đáp rằng: "Ví dầu Như Lai sai tôi vào địa ngục A-tỳ, nơi đó có lửa mạnh, lửa còn chẳng đốt tôi được, huống chi lửa thế gian!"

Liền đó, Kỳ-bà ung dung bước vào đống lửa, dường như lội xuống dòng sông và ở dưới nước trong mát mẻ. Rồi ông bồng đứa trẻ ấy ra, đi đến chỗ Phật, trao đứa trẻ cho Phật.

Nhận đứa trẻ ấy rồi, Phật nói với trưởng giả rằng: "Đời sống của tất cả chúng sanh chẳng phải nhứt định, dường như chút bọt trên mặt nước. Nhưng nếu chúng sanh có nghiệp quả nặng đầy, thì dù lửa cũng chẳng thiêu chết được, dù độc cũng chẳng hại chết được. Đây là nghiệp quả của trẻ này, chứ chẳng phải do ta hoá tác."

Bấy giờ, trưởng giả bạch rằng: "Lành thay! Thế Tôn! Đứa trẻ này mà có được thật là mệnh trời, nguyện Như Lai đặt tên cho nó."

Phật dạy: "Trưởng giả! Trẻ này sanh trong lửa mạnh. Lửa gọi là *Thọ-đề*,[1] vậy đặt tên nó là *Thọ-đề*.

Những chúng sanh được chứng kiến sự việc này, có vô số người phát tâm theo Phật.

(Theo kinh Đại Bát Niết-bàn, quyển 30)

ĐỨC CỔ PHẬT THÍCH-CA

Thuở xưa, có một thế giới gọi tên là cõi Ta-bà, có đức Phật Thế Tôn hiệu là Thích-ca Mâu-ni. Ngài ở giữa đại chúng mà thuyết giảng kinh Đại Bát Niết-bàn.

Thuở ấy, có một người nghe bạn hữu lan truyền rằng có đức Phật đang thuyết giảng kinh Đại Bát Niết-bàn với đại chúng. Người ấy nghe rồi, trong lòng hoan hỷ, phát nguyện cúng dường. Nhưng người nghèo khó lắm, chẳng có vật chi để cúng dường cả.

Người ấy trở về nhà, trên đường đi gặp được một người khác, bèn nói rằng: "Tôi muốn bán thân này, ông có thể mua hay chăng?"

Người kia đáp: "Nhà tôi có một việc không ai làm được. Như chú có thể làm, tôi sẽ mua chú."

Người ấy liền hỏi rằng: "Nhà ông có việc chi mà không ai làm được."

Người kia đáp rằng: "Tôi có bệnh kỳ quái, lương y hốt thuốc, dặn mỗi ngày phải ăn ba lạng thịt người. Nếu như chú có thể mỗi ngày cắt lấy ba lạng thịt trong thân mình mà chu cấp cho tôi, tôi sẽ mua về và nuôi dưỡng chú, với giá năm đồng tiền vàng."

Người ấy nghe vậy lấy làm hoan hỷ, nhận lời và nói rằng: "Ông trao tiền cho tôi, rồi cho tôi hẹn trong bảy ngày. Công việc của tôi xong, tôi sẽ theo ông."

Người kia đáp: "Bảy ngày thì không được, hãy thỏa thuận thế này, tôi cho chú nghỉ một ngày."

Người ấy bằng lòng. Nhận đủ tiền rồi, liền đi ngay đến chỗ Phật, cúi đầu và mặt lễ sát chân Phật, rồi mang hết số tiền vàng vừa nhận được mà cúng dường. Sau đó, người ở trong pháp hội thành tâm lắng nghe Phật thuyết giảng Kinh Đại Bát Niết-bàn. Tuy thành tâm lắng nghe, nhưng tâm trí người ấy còn ngu tối, chỉ có thể thọ trì được một bài kệ sau đây mà thôi:

如來證涅槃
永斷於生死
若有至心聽
常得無量樂

Dịch âm:

Như-lai chứng Niết-bàn,
Vĩnh đoạn ư sanh tử.
Nhược hữu chí tâm thính.
Thường đắc vô lượng lạc.

Dịch nghĩa:

Như lai chứng Niết-bàn,
Dứt hẳn cuộc sanh tử.
Ai chí tâm lắng nghe,
Thường an vui khôn xiết.

Thọ trì bài kệ ấy rồi, người ấy liền đến nhà người chủ đã bỏ tiền mua thân mình.

Từ đó, tuy mỗi ngày người ấy đều phải cắt xẻo ba lạng thịt trên thân thể để trao cho chủ, nhưng nhờ nhân duyên nhớ tưởng bài kệ trên, nên người chẳng lấy làm đau đớn. Chịu đựng sự đau đớn ấy cho đến trọn đủ một tháng.

Rồi nhờ công đức thọ trì bài kệ trong kinh, bệnh của người chủ qua một tháng được lành, mà thân người ấy dù bị cắt xẻo cũng bình phục, thậm chí không có để lại một vết sẹo nào cả. Người ấy thấy sự kỳ diệu nhiệm mầu như thế, liền phát tâm Bồ-đề, nguyện tu hành cho đến khi thành quả Phật.

Uy lực của một bài kệ trong kinh còn lớn lao như vậy, huống hồ là ai có thể thọ trì, đọc tụng được trọn bộ kinh?

Người thuở ấy thọ trì bài kệ, không phải ai xa lạ mà chính là tiền thân của đức Phật Thích-ca Mâu-ni ở hiện kiếp này. Ngài nhờ có nhân duyên thọ trì một bài kệ trong kinh Đại Bát Niết-bàn do đức cổ Phật Thích-ca Mâu-ni thuyết giảng, thấy được sự lợi ích lớn lao như vậy, nên đã phát nguyện rằng ngày sau khi thành Phật cũng sẽ lấy hiệu là Thích-ca Mâu-ni.

(Theo kinh Đại Bát Niết-bàn, quyển 22)

QUỶ THẦN KHOÁNG DÃ

Ở các chùa có lệ, trước khi thọ trai thường có nghi thức thí thực cho cho quỉ thần Khoáng Dã. Lệ thí thực ấy là xuất phát từ sự tích dưới đây:

Một thuở nọ, đức Phật đi du hóa đến cụm rừng kia, thuộc về tụ lạc Khoáng Dã. Phía dưới rừng có một quỉ thần, cũng có tên gọi là Khoáng Dã. Vị ấy ăn toàn máu thịt, đã giết rất nhiều chúng sanh để nuôi thân mình. Quỷ ấy hung hăng lắm, nên người trong xóm ấy phân chia nhau mà đưa người đến nộp mạng cho quỷ, không dám trốn tránh, sai chạy. Khi ấy đã đến lúc quỉ thần sắp ăn thịt một người.

Lúc ấy, đức Phật vì lòng từ bi, liền giảng rộng những lẽ cốt yếu của Phật pháp cho quỉ thần ấy nghe. Nhưng quỷ ấy bạo ác, ngu si vô trí, nên chẳng chịu thọ nhận giáo pháp.

Phật liền hoá thân làm một vị Đại lực quỷ, đến làm náo động cung điện của quỷ Khoáng Dã, khiến cho chẳng được yên ổn. Quỷ ấy liền dắt những quyến thuộc của mình ra khỏi cung điện đặng đánh đuổi Đại lực quỷ. Nhưng vừa nhìn thấy Đại lực quỷ, quỷ Khoáng Dã đã hồn xiêu phách tán, hoảng sợ té nhào xuống đất, mê man không biết gì nữa, dường như đã chết.

Đức Phật đem lòng từ mẫn, dùng tay xoa nhẹ thân hình quỷ. Quỷ liền tỉnh lại và ngồi dậy, tự nghĩ rằng: "May thay! Hôm nay ta còn sống lại được! Vị Đại lực quỷ vương đây có oai đức lớn, lại có lòng từ mẫn nên đã tha tội cho ta."

Liền đó, ở trước mặt Đại lực quỷ vương, quỷ Khoáng Dã phát khởi lòng lành. Đức Phật liền khi ấy hiện trở lại thân Phật, lại giảng thuyết với quỷ Khoáng Dã mọi lẽ pháp yếu, khiến cho quỷ ấy thọ giới không sát sanh.

Ngay hôm ấy, người trong thôn Khoáng Dã đưa đến một vị trưởng giả tới phiên nộp mạng cho quỷ. Khi nhận được người ấy, quỷ không ăn thịt như trước nữa mà đem dâng cho Phật. Phật liền nhận lấy, rồi đổi tên vị trưởng giả ấy là Thủ trưởng giả rồi thả cho về.

Lúc ấy, quỉ thần Khoáng Dã bạch Phật rằng: "Bạch Thế Tôn! Tôi và quyến thuộc xưa nay sống nhờ máu thịt mà thôi. Nay thọ giới không sát sanh, chúng tôi biết làm sao mà sống?"

Phật dạy: "Từ nay, các đệ tử của ta khi tu hành ở bất kỳ chỗ nào, đều sẽ bố thí món ăn vật uống cho các ngươi."

Vì nhân duyên ấy, Phật có dạy các tỳ-kheo điều giới như thế này: "Từ nay về sau, đệ tử Phật phải thường thí thực cho quỉ Khoáng Dã. Nếu như tự viện nào không tuân theo phép thí thực này, nên biết rằng đó chẳng phải chỗ ở của đệ tử Phật, mà là đồ đảng quyến thuộc của ma."

(Theo kinh Đại Bát Niết-bàn, quyển 16)

UY LỰC CỦA LÒNG TỪ BI

Chư Phật, Bồ Tát thường tu tập tâm từ bi, cho nên khi đối diện với những hoàn cảnh nguy nan thì có tâm từ ấy phát ra uy lực kỳ diệu để bảo vệ các ngài hoặc để cứu giúp chúng sanh. Trong kinh Đại Bát Niết-bàn, các quyển 15 và 16 có chép lại nhiều trường hợp linh diệu về uy lực của lòng từ bi, chúng tôi xin theo nội dung trong kinh mà lược kể lại dưới đây.

Có một lúc, Đề-bà-đạt-đa xúi giục vua A-xà-thế làm hại Như-lai. Lúc ấy, đức Phật cùng với các vị đệ tử đi khất thực vào thành Vương Xá. Vua A-xà-thế liền cho con voi dữ Hộ Tài uống rượu đến say cuồng rồi thả ra, muốn cho voi ấy làm hại Phật và các đệ tử.

Lúc đó, voi say hung dữ đạp chết rất nhiều người, máu đổ ra lênh láng khắp nơi, mùi máu bốc lên tanh nồng khắp nơi càng làm cho voi thêm hăng máu. Nó thấy những người ở gần Phật mặc áo màu đỏ, ngỡ là máu, liền hung hăng xông tới. Trong các đệ tử của Phật, những người chưa chứng thánh quả đều sợ chạy tứ tán, chỉ trừ ngài A-nan là không chạy.

Trong thành Vương Xá, tất cả nhân dân đều đồng thời kêu khóc, than văn rằng: "Đáng buồn thay! Đáng buồn thay! Hôm nay đức Như Lai chắc phải chết mất! Tại sao chỉ trong một buổi mai mà Chánh giác phải tán hoại?"

Lúc ấy, Đề-bà-đạt-đa lấy làm vui vẻ, thốt lên rằng: "Sa-môn Cồ-đàm chết đi là phải lắm!. Từ nay trở đi, chắc chắn là ông ấy chẳng còn trên đời này nữa. Khoái thay! Sung sướng thay! Chủ ý của ta nay được toại nguyện!"

Lúc ấy, đức Phật muốn hàng phục con voi say hung dữ Hộ Tài, liền nhập định từ bi, rồi duỗi tay ra chỉ nó. Tức thời, từ nơi năm ngón tay của Phật hiện ra năm con sư tử. Voi thấy vậy hoảng sợ, phủ phục ngay xuống đất nơi chân đức Phật.

Về sau, Phật dạy các đệ tử rằng: "Lúc ấy, ở năm ngón tay của Như Lai thật ra không có sư tử. Đó là sức thiện căn tu từ của Như Lai, khiến cho con voi ấy nhìn thấy như thế và chịu khuất phục.

Một lúc khác, khi Phật định nhập Niết-bàn, mới đi về phía thành Câu-thi-na. Được nửa đường, ngài nhìn thấy có năm trăm người lực sĩ đang dọn dẹp, quét tước đường sá. Ngay giữa đường có một hòn đá. Họ muốn dẹp hòn đá ấy, nhưng dùng hết sức mà không sao nhấc nổi. Lúc ấy, đức Phật lấy làm thương xót, tâm từ bi phát khởi mạnh mẽ. Liền đó, Phật dùng ngón chân cái hất hòn đá to ấy lên hư không, rồi đưa tay ra đón lấy, đặt nằm yên trong bàn tay mặt. Rồi ngài thổi cho đá ấy tan thành bụi, sau đó làm cho bụi ấy hợp trở lại thành hòn đá. Sức thần thông mầu nhiệm ấy khiến cho lòng kiêu ngạo của các lực sĩ ấy bị dứt sạch.

Khi ấy, Phật mới thuyết giảng cho họ nghe về những lẽ cốt yếu trong Phật pháp, khiến cho cả bọn họ đều phát tâm Bồ-đề, nguyện sẽ tinh tấn tu hành thành Phật.

Về sau, Phật dạy các đệ tử rằng: "Lúc ấy, thật ra Như Lai không hề lấy ngón chân cái mà hất hòn đá to lên hư không, đặt nó vào lòng bàn tay, thổi cho tan thành bụi, rồi làm cho hiệp lại như cũ. Nên biết rằng, đó là sức mạnh của lòng từ bi, khiến cho các lực sĩ đều nhìn thấy sự việc rõ ràng như vậy."

Cũng vào thời Phật còn tại thế, ở miền nam Ấn Độ có một thành lớn tên là Thủ-ba-la. Trong thành có một trưởng giả tên là Lư-chí, làm Đạo chủ một chúng tu hành. Ông ta là một người đã từng làm rất nhiều việc thiện trong quá khứ, và đã từng được gặp rất nhiều đức Phật ra đời.

Trong thành Thủ-ba-la, tất cả nhân dân đều tin theo tà đạo, hết lòng phụng sự các thầy tu lõa thể của phái Ni-kiền.

Lúc ấy, vì muốn hóa độ cho trưởng giả Lư-chí và nhân

dân trong thành Thủ-ba-la, đức Phật liền rời khỏi thành Vương Xá mà đến thành ấy.

Bọn lõa thể phái Ni-kiền khi nghe biết rằng đức Phật sắp đến thành Thủ-ba-la, liền nghĩ rằng: "Nếu sa môn Cồ-đàm đến đây, chắc hẳn nhân dân ở đây sẽ bỏ chúng ta mà tin theo ông ấy. Như vậy, họ sẽ không còn chu cấp, phụng sự chúng ta nữa. Chúng ta sẽ nghèo khó, thiếu thốn, làm sao có thể tự sinh sống được?"

Bọn Ni-kiền bèn cùng nhau phân tán ra khắp thành, rêu rao với nhân dân ở thành ấy rằng: "Sa-môn Cồ-đàm nay sắp đến đây. Nhưng sa môn ấy là người phụ rẫy cha mẹ, chạy đông chạy tây. Ông ta đến đâu thì khiến cho đất đai và lúa thóc ở đó mất mùa, nhân dân nghèo đói, chết chóc, dịch bệnh xâm hại, không thể giải cứu. Cồ-đàm là kẻ vô lại. Đi theo ông ta chỉ toàn là bọn La-sát, quỉ thần hung dữ. Những kẻ không cha không mẹ, cô đơn cùng quẫn mới đến với ông ta, hỏi han và chịu làm môn đồ của ông ta. Nhưng những điều mà ông ta có thể dạy, chẳng qua chỉ toàn là thuyết hư không. Ông ta đến nơi nào thì nơi ấy không bao giờ được an lạc."

Những người dân trong thành nghe lời ấy thì đem lòng sợ sệt, liền đảnh lễ bọn Ni-kiền ấy mà bạch rằng: "Đại sư! Nay chúng tôi biết phải làm sao đây?"

Bọn Ni-kiền đáp: "Sa-môn Cồ-đàm tánh ưa thích rừng cây, suối chảy, nước trong. Ở ngoài thành, nơi nào có những cảnh vật ấy, nên phá huỷ hết đi. Các ngươi nên kéo nhau đi ra khỏi thành, đến những nơi có cây cối vườn rừng thì chặt đốn cho hết, đừng để lại chi cả. Còn những suối, giếng, ao nước thì nên trút phẩn dơ vào. Hãy đóng chặt các cửa thành, mỗi nơi đều sắp đặt binh khí nghiêm chỉnh, nơi vách thành nên phòng hộ, giữ gìn cho kiên cố. Nếu người ấy đi đến, đừng cho ai đi tới trước mặt ông ta. Các ngươi làm như thế thì sẽ được an ổn. Chúng ta cũng sẽ tìm mọi cách để làm cho ông Cồ-đàm ấy cứ theo đường cũ mà trở về."

Nhân dân trong thành ấy nghe vậy rồi thảy đều cung kính, vâng lệnh thi hành. Họ bèn đốn chặt cây cối, làm ô uế các nguồn nước, rồi bố trí binh khí, cắt cử người tuần phòng và hộ vệ một cách nghiêm ngặt.

Khi ấy, đức Phật vừa đến thành Thủ-ba-la, thấy cây cối vườn rừng đều bị chặt phá tàn héo, lại có những người nghiêm bị binh khí đang phòng vệ ở các vách thành. Thấy cảnh hoang tàn như vậy, Phật lấy làm thương xót, liền mở lòng từ bi hướng về những cây cối bị chặt phá. Ngay khi ấy cây cối liền xanh tươi trở lại như cũ, lại còn nảy nở sinh sôi thêm nhiều cây chồi mới, um tùm rậm rạp. Những nguồn nước giếng, sông suối, ao hồ, thảy đều trở nên trong sạch, đầy tràn. Các vách thành bỗng hóa ra trong suốt như màu lưu ly, khiến cho từ bên trong thành nhân dân đều nhìn thấy đức Phật và đại chúng oai nghi rực rỡ. Rồi cửa thành tự nhiên mở rộng, không còn ai có thể ngăn cản được. Các món binh khí tự nhiên đều hóa thành những thứ hoa lá xinh đẹp, mềm mại.

Khi ấy, trưởng giả Lư-chí dẫn đầu tất cả nhân dân trong thành, cùng đến nơi Phật ngự. Đức Phật liền giảng cho họ nghe mọi lẽ cốt yếu trong Phật pháp, khiến cho tất cả mọi người đều phát tâm Bồ-đề, nguyện tu hành tinh tấn cho đến khi thành tựu quả Phật.

Về sau, Phật dạy các vị đệ tử rằng: "Lúc ấy, thật Như Lai chẳng hề biến hoá ra mọi thứ cây cối xanh tốt, nước sạch đầy tràn sông rạch ao hồ... Như Lai cũng chẳng có làm cho vách thành ấy hóa ra trong suốt như lưu ly, làm cho nhân dân được nhìn thấy Phật. Như Lai cũng chẳng có mở cửa thành, biến hóa đồ binh khí thành hoa lá. Nên biết rằng, đó đều do sức mạnh của lòng từ bi, khiến cho tất cả những người ấy thấy việc như vậy."

Cũng vào thời đức Phật, trong thành Xá-vệ có một người phụ nữ Bà-la-môn, họ Bà-tư-trá. Bà chỉ có một đứa con trai mà thôi. Bà rất yêu thương nó, nhưng nó chẳng may bị bệnh mất đi.

Lúc ấy, sự buồn phiền đau đớn xâm chiếm lòng bà, khiến bà cuồng loạn mất trí. Bà lỗ lồ thân thể mà không biết thẹn, đi lang thang đến các ngã tư đường, la khóc thất thanh, rồi gào thét rằng: "Con ơi! Con ơi! Con đi đến chốn nào?" Bà đi khắp trong các thành ấp, không biết mệt mỏi.

Nhưng người phụ nữ ấy lại vốn là người đã có căn lành, vun trồng cội đức từ thời chư Phật thuở xưa.

Bấy giờ, đức Phật khởi lòng từ mẫn đối với người phụ nữ tội nghiệp ấy. Ngay lúc ấy, bà ta liền được nhìn thấy Phật, nhưng trong tâm tưởng rằng Phật là đứa con đã mất của bà. Bà ta liền tỉnh táo như xưa, đến trước đức Phật và ôm hôn thân Phật.

Đức Phật liền dạy ngài A-nan rằng: "Ngươi hãy đem áo lại đây cho nữ nhân này mặc." Khi bà có áo mặc vào rồi, đức Phật liền giảng cho bà nghe mọi lẽ cốt yếu trong Phật pháp. Nghe pháp xong, bà lấy làm vui vẻ thích chí. Bà liền phát tâm Bồ-đề, nguyện tu hành thành Phật.

Về sau, Phật dạy các đệ tử rằng: "Lúc ấy, thật ra Như Lai chẳng có hiện hình là con của bà ấy, bà cũng chẳng phải là mẹ của Như Lai, cũng chẳng có đến ôm hôn thân Phật. Nên biết rằng đó là đều là sức mạnh của lòng từ bi, khiến cho người phụ nữ ấy thấy việc như vậy."

Cũng vào thời đức Phật, trong thành Ba-la-nại có một người nữ cư sĩ tên là Ma-ha Tư-na-đạt-đa. Người phụ nữ ấy đã gieo trồng các căn lành trong đời quá khứ, đã được gặp vô số chư Phật ra đời. Người nữ cư sĩ ấy có xin phép chúng tăng, trong chín mươi ngày mùa hạ được phụng thí thuốc thang cho những vị tỳ-kheo đau ốm.

Trong chúng tăng khi ấy có một thầy tỳ-kheo có bệnh nặng. Thầy thuốc xem mạch, nói chắc rằng: "Nên dùng món thịt làm thuốc. Nếu ông dùng được thịt, bệnh ông sẽ dứt. Nếu ông chẳng dùng được thịt, mạng ông phải mất."

Lúc ấy, người nữ cư sĩ kia nghe được lời của thầy thuốc, liền mang tiền vàng đi khắp các chợ, rao hỏi rằng: "Ai có thịt bán, tôi sẽ đổi bằng vàng, vàng với thịt cân lượng bằng nhau."

Cô ta đi khắp thành thị, nhưng cũng chẳng tìm được thịt. Cuối cùng, cô mới trở về, tự tay cầm dao thẻo thịt ở bắp vế mình, cắt ra nấu cháo, dùng nhiều thứ gia vị thơm tho rồi đem dâng cho thầy tỳ-kheo có bệnh. Thầy tỳ-kheo ấy ăn xong liền dứt bệnh.

Còn người nữ cư sĩ ấy, chỗ cắt thịt hoá thành ghẻ độc, đau đớn khổ não khôn xiết. Trong cơn đau đớn cùng cực, cô mới lớn tiếng niệm rằng: "Nam mô Phật-đà! Nam mô Phật-đà!"

Lúc ấy, đức Phật đang ở tại thành Xá-vệ, nghe được tiếng niệm Phật, liền khởi lòng đại từ đối với người nữ cư sĩ ấy. Tức thì người nữ cư sĩ ấy liền nhìn thấy Phật hiện đến, tay cầm lương dược phết lên ghẻ độc, da thịt liền lành lặn như cũ. Đức Phật lại thuyết giảng mọi lẽ cốt yếu của Phật pháp cho cô nghe. Nghe pháp xong, người nữ cư sĩ ấy lấy làm vui vẻ, liền phát tâm Bồ-đề, nguyện tu hành tinh tấn cho đến khi thành Phật.

Về sau, Phật dạy các vị đệ tử rằng: "Lúc ấy, thật Như Lai chẳng có hiện đến thành Ba-la-nại, đem thuốc hay mà phết lên ghẻ độc của người nữ cư sĩ ấy. Nên biết rằng, đó là do sức mạnh của lòng từ bi, khiến cho nữ nhân ấy thấy có việc như vậy."

Lại có một lần, Đề-bà-đạt-đa lòng tham vô độ, chẳng hề biết đủ, ăn món bơ nhiều quá nên bị nhức đầu, đau bụng, rất khổ sở. Ông đau đến mức không chịu nổi, mới niệm lớn rằng: "Nam mô Phật-đà! Nam-mô Phật-đà!."

Lúc ấy, đức Phật đang ở tại thành Ưu-thiền-ni, nghe tiếng niệm Phật, liền sanh khởi lòng từ bi. Liền đó, Đề-bà-đạt-đa nhìn thấy Phật hiện đến, lấy tay xoa đầu, xoa bụng cho ông và đưa thuốc cho uống. Ông ta uống xong liền bình phục.

Về sau, Phật dạy các đệ tử rằng: "Lúc ấy, thật Như Lai chẳng có đến chỗ Đề-bà-đạt-đa, xoa đầu, xoa bụng, đưa thuốc cho người uống. Nên biết rằng, đó đều do sức mạnh của lòng từ bi, khiến cho Đề-bà-đạt-đa thấy có việc như vậy."

Cũng vào thời đức Phật, ở nước Kiều-tát-la có một bọn cướp đến năm trăm người, chuyên cướp giết người, gây hại lớn cho bá tánh. Vua Ba-tư-nặc đang cai trị tại kinh thành Xá-vệ của nước ấy, lấy làm lo ngại vì sự hoành hành bạo ngược của chúng, mới sai quân binh vây bắt họ. Sau khi bắt được, mới làm cho mù mắt bọn họ rồi đem bỏ vào nơi rừng sâu đen tối.

Nhưng những người ấy vốn trước đây đã từng trồng căn lành cội đức khi gặp chư Phật quá khứ ra đời, nên cho đến nay tín tâm vẫn không hoại mất. Khi bị mù mắt rồi, họ đau đớn khổ não khôn xiết, mới đồng thanh niệm lớn rằng: "Nam mô Phật-đà! Nam mô Phật-đà! Hôm nay đây không có ai cứu hộ chúng tôi!" Rồi họ khóc lóc, kêu than.

Lúc ấy, đức Phật đang ở tại tinh xá Kỳ-hoàn gần thành Xá-vệ, nghe tiếng than khóc ấy, liền sanh khởi lòng đại từ bi. Tức thì, có một ngọn gió lành thổi hương vào chốn rừng sâu đen tối ấy. Các thứ hương thuốc xông vào mắt của những người kia, dần dần họ được sáng mắt trở lại, y nguyên như cũ.

Những người ấy vừa sáng mắt ra, liền thấy Như Lai đang đứng trước họ, thuyết pháp với họ. Nghe pháp xong, bọn họ đồng phát tâm Bồ-đề, nguyện tu hành tinh tấn cho đến khi thành quả Phật.

Về sau, Phật dạy các đệ tử rằng: "Lúc ấy, thật Như Lai chẳng có làm ra gió lành thổi hương vào núi cùng với những thứ hương thuốc trị lành được mắt mù của họ, cũng chẳng có đứng trước bọn họ mà thuyết pháp. Nên biết rằng, đó đều là do sức mạnh của lòng từ bi, khiến cho bọn người ấy thấy có những việc như vậy."

Cũng vào thời đức Phật, thái tử Lưu-ly là con vua Ba-tư-nặc ở thành Xá-vệ, nước Kiều-tát-la. Vì ngu si nên phế truất vua cha, tự mình cướp lấy ngôi vua. Thái tử lại nhớ tới một mối thù hận xa xưa, nên làm hại nhiều người thuộc dòng họ Thích-ca ở thành Ca-tỳ-la-vệ. Người bắt được một vạn hai ngàn nữ nhân họ Thích-ca, mới đem cắt tai, xẻo mũi, chặt đứt hết tay chân rồi xô xuống hào sâu.

Những người nữ ấy bị khổ sở đau đớn cùng cực, liền đồng thanh niệm lớn rằng: "Nam mô Phật-đà! Nam mô Phật-đà! Nay chẳng có ai cứu hộ chúng tôi." Rồi họ lại kêu la, than khóc thảm thiết.

Những người nữ này vốn đã từng trồng các căn lành đối trước chư Phật trong quá khứ.

Lúc ấy, đức Phật đang ở tại tinh xá trong vườn Trúc Lâm gần thành Vương Xá. Nghe tiếng khóc la của bọn họ, ngài liền khởi lòng đại từ. Tức thì, các người nữ ấy thấy Phật hiện đến thành Ca-tỳ-la-vệ, dùng nước mà rửa các vết thương cho họ và dùng thuốc mà đắp lên cho họ. Dần dần, họ hết đau nhức, lỗ tai, lỗ mũi, tay chân cũng lành lặn trở lại y nguyên như cũ.

Bấy giờ, đức Phật mới thuyết những lẽ cốt yếu của Phật pháp cho họ nghe, khiến cả thảy đều phát tâm Bồ-đề, nguyện tu hành tinh tấn cho đến khi thành quả Phật. Ngay hôm ấy, họ tìm đến chỗ bà tỳ-kheo ni Đại Ái Đạo, xin xuất gia thọ giới cụ túc.

Về sau, Phật dạy các đệ tử rằng: "Lúc ấy, thật Như Lai chẳng có hiện đến thành Ca-tỳ-la-vệ, chẳng có dùng nước rửa các vết thương và dùng thuốc chữa lành cho các nữ nhân ấy. Nên biết rằng, đều là do sức mạnh của lòng từ, khiến các nữ nhân ấy thấy có việc như vậy."

ỦNG HỘ CHÁNH PHÁP

Đức Phật có dạy rằng, người có thể hộ trì chánh pháp, đời sau sẽ thành tựu được thân thể rắn chắc bền bỉ như kim cang, chẳng hề hư hoại.

Thuở xưa, đức Phật cũng đã từng có nhân duyên hộ trì chánh pháp, nên ngày nay mới thành tựu thân kim cang thường trụ, chẳng hề hư hoại.

Phật lại dạy rằng, người hộ trì chánh pháp dù chẳng thọ năm giới, chẳng tu oai nghi, có thể dùng các loại vũ khí, phương tiện, sức mạnh mà bảo vệ cho các vị tỳ-kheo trong sạch, giữ gìn giới hạnh.

Như có vị tỳ-kheo, trong khi hết lòng tuyên dương chánh pháp, có những kẻ phá giới nghe được, lấy làm oán hận, liền kéo đến hãm hại vị ấy. Vị pháp sư ấy, như có bị chúng hại chết, cũng đáng được gọi là bực Trì giới, có lợi cho mình và lợi lạc cho mọi người. Vì nhân duyên ấy, đức Phật tán thán những vị quốc vương, quần thần, tể tướng, cư sĩ... biết hết lòng ủng hộ và bảo vệ người thuyết pháp.

Trong đời quá khứ, cách nay đã vô số kiếp, tại thành Câu-thi-na có Phật ra đời hiệu là Hoan Hỷ Tăng Ích.

Thuở ấy, cảnh giới của đức Phật ấy rộng lớn, trang nghiêm, sạch sẽ, dồi dào, an lạc. Nhân dân phồn thạnh, không hề bị nạn đói khát, đều giống như chư các vị Bồ Tát ở cõi nước An Lạc. Đức Phật ấy trụ thế giáo hoá chúng sanh đến vô lượng kiếp. Sau rốt, ngài đến rừng cây Ta-la có hai cây Ta-la sóng đôi mà nhập Niết-bàn.

Sau khi Phật nhập Niết-bàn, chánh pháp trụ ở thế gian vô lượng ức năm. Rồi đến khoảng hơn bốn mươi năm trước khi chánh pháp diệt, có một vị tỳ-kheo trì giới tên là Giác Đức. Vị này có nhiều đồ đệ theo hầu chung quanh, có khả năng tuyên dương chánh pháp, giảng rộng được 9 bộ kinh điển là: *Tu-đa-la, Kỳ-dạ, Thọ-ký, Già-đà, Ưu-đà-na, Y-đế-mục-đa-già, Xà-đà-gia, Tỳ-phật-lược, A-phù-đà-đạt-ma*. Vị này nghiêm cấm các tỳ-kheo không được nuôi dưỡng tôi tớ, bò, dê cùng chứa trữ tài vật không đúng theo giới luật.

Khi ấy, có nhiều tỳ-kheo phá giới nghe ông tuyên thuyết như vậy, thảy đều sanh lòng ác. Họ cầm dao, xách gậy, kéo nhau đến rất đông, áp bức vị pháp sư chân chính ấy.

Bấy giờ, vị vua trong nước tên là Hữu Đức, nghe biết việc ấy, vì lòng ủng hộ chánh pháp, liền ngự đến chỗ pháp sư, chiến đấu mãnh liệt chống lại những tỳ-kheo độc ác phá giới kia để bảo vệ cho pháp sư khỏi sự nguy hại.

Vì bọn ác tăng ấy rất đông, nên sau trận chiến đấu ấy thân vua phải chịu nhiều thương tích, khắp người không còn một chỗ nào lành lặn.

Tỳ-kheo Giác Đức khi ấy tán thán đức vua rằng: "Lành thay! Lành thay! Vua quả thật là người ủng hộ chánh pháp. Đời sau thân vua ắt sẽ trở thành vô lượng pháp khí."

Bấy giờ, vua được nghe thuyết pháp xong, lòng rất hoan hỷ, trút hơi từ bỏ cõi trần, liền sanh ra ở nước Phật A-súc, làm đệ tử bậc nhất của đức Phật ấy. Những nhân dân và quyến thuộc theo vua, hoặc có công chiến đấu hay có lòng tuỳ hỷ, tất cả đều đạt được tâm Bồ Tát không thối chuyển, khi mạng chung đều được sanh về nước của phật A-súc.

Tỳ-kheo Giác Đức, về sau viên tịch cũng được vãng sanh về nước Phật A-súc.

Phật dạy rằng, vào lúc chánh pháp sắp diệt tận, nên thọ trì và ủng hộ Phật Pháp như vậy đó.

ỦNG HỘ CHÁNH PHÁP

Vị vua hết lòng ủng hộ chánh pháp vào thuở ấy, chính là tiền thân của đức Phật Thích-ca Mâu-ni. Người ủng hộ chánh pháp được quả báo tốt đẹp không thể nghĩ bàn, nhờ nhân duyên ấy mà đức Phật có đủ các tướng đẹp trang nghiêm nơi thân, thành tựu được thân không thể hư hoại.

Vì thế, Phật dạy rằng các hàng tỳ-kheo, tỳ-kheo ni, cư sĩ nam, cư sĩ nữ, đều nên hết lòng hết sức hộ trì chánh pháp. Quả báo của việc hộ pháp thật to lớn khôn lường.

(Theo kinh Đại Bát Niết-bàn, quyển ba)

CHUYỂN LUÂN THÁNH VƯƠNG

Vào thời quá khứ, người ta sống lâu vô lượng. Bấy giờ, ở thế gian có một vị vua tên là Thiện Trụ. Vua ấy từ thuở còn trẻ được lập làm thái tử đã nắm quyền chính, kế đó lên ngôi vua, sống trọn cuộc đời là tám vạn bốn ngàn tuổi.

Thuở ấy, vua chẳng có con. Nhưng một ngày kia trên đỉnh đầu vua bỗng nổi lên một cái bọc bằng thịt. Cái bọc ấy mềm mại, nhuyễn mịn. Nó lớn lên dần dần, nhưng chẳng làm cho vua đau đớn chi cả. Qua một thời gian, cái bọc ấy bỗng vỡ ra, trong bọc có một bé trai hình dung tuấn tú, đẹp đẽ chẳng ai bằng. Vua lấy làm sung sướng, liền đặt tên con là Đỉnh Sanh.

Rồi sau, vua Thiện Trụ đem việc nước mà giao lại cho thái tử Đỉnh Sanh. Vua lìa bỏ cung điện, vợ con, quyến thuộc, vào núi sâu tu hành và sống trọn tám vạn bốn ngàn tuổi.

Một hôm, nhằm ngày rằm, Đỉnh Sanh ở trên lầu cao, tắm gội thọ trai. Bỗng đâu, từ phương đông có một món báu là bánh xe bằng vàng hiện ra. Bánh xe ấy có một ngàn cây nan hoa, và có đủ các bộ phận. Bánh xe ấy hiện ra rồi tự nhiên bay đến trước mặt vua Đỉnh Sanh.

Đại vương liền nghĩ rằng: "Từ trước, ta từng nghe những vị tiên nhân đạt Ngũ thông nói rằng: "Nếu vị vua dòng sát-đế-ly, nhằm ngày rằm, ở tại lầu cao, tắm gội thọ trai, như có bánh xe bằng vàng có đủ một ngàn cây nan hoa và đủ các bộ phận, tự nhiên bay lại ứng hầu, nên biết rằng vua ấy sẽ được làm Chuyển luân Thánh vương."

Vua lại nghĩ rằng: "Để ta thử xem." Vua liền lấy tay trái nâng bánh xe vàng ấy lên. Kế đó, tay mặt cầm lư hương, quỳ xuống phát thệ rằng: "Nếu bánh xe vàng này là thật, chẳng phải hư giả, thì hãy tự đi một đường như những bánh xe của các vị Chuyển luân Thánh vương trong quá khứ đã đi."

Vua phát thệ xong, bánh xe bằng vàng ấy liền bay lên hư không, đi khắp mười phương và trở về trụ nơi bàn tay trái của vua. Lúc ấy, vua Đỉnh Sanh lấy làm vui mừng thích ý. Người nghĩ rằng: "Nay ta chắc rằng sẽ làm Chuyển luân Thánh vương."

Sau đó chẳng lâu, lại có một món báu khác là con voi trắng đẹp hiện ra. Vua Đỉnh Sanh liền nghĩ rằng: "Từ trước, ta từng nghe những vị tiên nhân đạt Ngũ thông nói rằng: "Nếu vị vua dòng sát-đế-ly, nhằm ngày rằm, ở tại lầu cao, tắm gội thọ trai, như có con voi trắng đẹp tự nhiên hiện ra ứng hầu, nên biết rằng vua ấy sẽ được làm Chuyển luân Thánh vương." Vua lại nghĩ rằng: "Nay ta thử xem." Vua liền nâng lư hương, quỳ xuống phát thệ rằng: "Nếu vật báu voi trắng này là thật, chẳng phải hư giả, hãy đi một đường như những voi trắng quý của các vị Chuyển luân Thánh vương trong quá khứ đã đi."

Vua phát thệ xong, voi trắng quý ấy liền ra đi từ sáng tới chiều, đủ khắp tám phương, đến tận bờ biển cả, rồi trở về đứng ở chỗ cũ. Lúc ấy, vua Đỉnh Sanh lấy làm vui mừng thích ý. Người lại nghĩ rằng: "Nay ta chắc sẽ được làm Chuyển luân Thánh vương."

Sau đó chẳng lâu, lại có một vật báu khác nữa là con ngựa màu xanh da trời, chói sáng như ngọn lửa, lông đuôi như vàng ròng. Đỉnh Sanh thấy vậy rồi, lại nghĩ rằng: "Từ trước ta từng nghe những vị tiên nhân ngũ thông nói rằng: Nếu có vua Chuyển luân, nhằm ngày rằm, ở tại lầu cao, tắm gội thọ trai, bỗng có con ngựa quý màu xanh da trời, chói sáng như ngọn lửa, lông đuôi như vàng ròng, hiện lại ứng hầu, nên biết rằng vua ấy tức là Thánh vương."

Vua lại nghĩ rằng: "Nay ta thử xem." Vua liền nâng lư hương, quỳ xuống phát thệ rằng: "Nếu ngựa quý màu xanh da trời này là thật, chẳng phải hư giả, hãy đi một đường như những ngựa quý của các vị Chuyển luân Thánh vương trong quá khứ đã đi." Vua phát lời thề ấy rồi, ngựa quý liền đi từ sáng tới chiều, đi khắp tám phương, đến tận bờ biển cả, rồi trở về đúng chỗ cũ. Lúc ấy, Đỉnh Sanh lấy làm vui mừng thích ý. Ngài lại nói rằng: "Nay ta chắc rằng sẽ làm bậc Chuyển luân Thánh vương."

Sau đó chẳng bao lâu, lại có một mỹ nhân hình dung đoan chính, đẹp đẽ chẳng ai bằng, từ các lỗ chân lông nơi thân lại tỏa ra mùi thơm như hoa sen xanh. Mắt của mỹ nhân ấy có thể trông xa, thấy được những vật ở cách một *do-tuần*,[1] tai có thể nghe xa, mũi có thể ngửi xa, cũng với khoảng cách bằng như vậy. Lưỡi của mỹ nhân ấy rất lớn và rộng, khi thè ra có thể trùm cả mặt, lại mịn và mỏng đẹp, màu như đồng đỏ. Mỹ nhân ấy lại thông minh sáng suốt, thường nói lời êm dịu với hết thảy mọi người. Khi mỹ nhân ấy dùng tay sờ vào áo vua, liền có thể biết rằng thân vua đang an lạc hay có bệnh, lại có thể biết được trong lòng vua đang nghĩ những điều gì.

Lúc ấy, vua Đỉnh Sanh lại nghĩ rằng: "Nếu có người mỹ nhân khéo biết được trong tâm vua, ấy là báu vật vô giá."

Rồi sau đó chẳng bao lâu, trong cung vua tự nhiên xuất hiện một vật báu nữa là hạt châu Ma-ni, có màu xanh lưu ly, có thể ở trong chỗ tối chiếu ra ánh sáng xa tới một do tuần. Nếu khi trời đổ mưa, hạt mưa lớn như cái trục bánh xe, hạt châu ấy có thể hóa ra cây lọng quý che khắp một do tuần, chẳng để cho hạt mưa nào có thể rơi xuống trong khoảng ấy.

Bấy giờ, Đỉnh Sanh lại nghĩ rằng: "Như vua Chuyển luân mà được hạt châu này, ắt là Thánh vương."

Sau đó chẳng bao lâu, lại có một vị quan văn gọi là Chủ tạng thần tự nhiên tìm đến. Vị ấy có nhiều của cải trân bảo, giàu có vô lượng, kho báu đầy tràn, không thiếu món chi. Vị ấy có cặp mắt nhìn suốt phía dưới đất, thấy được kho tàng ẩn khuất ở các nơi, ý vua muốn cần bao nhiêu, vị ấy đều có thể liệu kiếm được đủ cho vua dùng.

Lúc ấy, Đỉnh Sanh lại muốn thử xem. Vua cùng ngồi thuyền với vị Chủ tạng thần ấy, vào nơi biển cả, phán với Chủ tạng thần rằng: "Nay ta muốn có những món trân bảo lạ." Nghe xong, vị Chủ tạng thần liền lấy hai bàn tay mà quậy nước dưới biển cả. Lúc ấy, ở nơi mười đầu ngón tay của vị ấy bỗng xuất hiện mười kho báu, người dâng lên Thánh vương và tâu rằng: "Đại vương cần những chi, tuỳ ý dùng. Còn dư bao nhiêu, tôi xin trả lại biển cả." Lúc ấy, Đỉnh Sanh lấy làm vui mừng thích ý vô cùng. Vua lại nói rằng: "Nay ta chắc chắn rằng ta sẽ là Chuyển luân Thánh vương."

Sau đó chẳng bao lâu, lại có vị quan võ gọi là Chủ binh thần tự nhiên tìm đến. Vị ấy rất dũng lược, tráng kiện, đa mưu túc trí, thông thạo binh pháp, như xét thấy đánh được thì mang binh tiến đánh giúp Thánh vương, như biết đánh chẳng được thì thối binh ẩn khuất. Đối với những người chưa khuất phục, vị ấy khiến họ khuất phục, đối với những người đã khuất phục, thì ra tay bảo hộ cho họ.

Lúc ấy, vua Đỉnh Sanh nghĩ rằng: "Nếu vua Chuyển luân được vị tướng soái tài giỏi ấy, chắc chắn phải là Chuyển luân Thánh vương."

Lúc ấy vị Chuyển luân Thánh vương Đỉnh Sanh mới phán hỏi các đại thần rằng: "Các khanh nên biết, cõi Diêm-phù-đề này đã được an ổn, phồn thạnh. Nay ta có đủ bảy món báu và một ngàn đứa con, vậy các khanh nói xem phải làm việc chi nữa?"

Các quan tâu rằng: "Tâu Đại vương! Phất-bà-đề ở phương

đông chưa qui thuận đức của vua. Ngài nên đến đó mà thảo phạt."

Lúc ấy, Thánh vương với bảy báu của ngài và tất cả quân binh đều bay lên hư không mà đến cõi Phất-bà-đề ở phương đông. Ở châu ấy, nhân dân thảy đều vui lòng qui thuận.

Vua lại phán với các đại thần rằng: "Châu Diêm-phù-đề và châu Phất-bà-đề đã được an ổn, phồn thạnh, nhân dân thảy đều qui thuận. Trẫm có đầy đủ bảy báu và một ngàn đứa con, vậy các khanh nói xem phải làm việc chi nữa?"

Các quan tâu rằng: "Dạ! Đại vương! *Cồ-đà-ni* ở phương tây hãy còn chưa quy thuận đức lớn của ngài." Lúc ấy, Thánh vương với bảy báu của Ngài và tất cả quân binh đều bay trên không mà đến *Cồ-đà-ni* ở phương tây. Khi vua ngự tới đó rồi, nhân dân ở cõi ấy lại cũng quy phục đức lớn của ngài.

Vua lại phán hỏi các đại thần rằng: "Châu *Diêm-phù-đề*, châu *Phất-bà-đề* và châu *Cồ-đà-ni* nay đều được an ổn, phồn thạnh, nhân dân thảy đều quy thuận. Trẫm có đầy đủ bảy báu và một ngàn đứa con. Vậy các khanh nói xem phải làm việc chi nữa?"

Các quan tâu rằng: "Tâu Đại vương! Uất-đan-việt ở phương bắc hãy còn chưa qui thuận."

Lúc ấy, Thánh vương với bảy báu của ngài và tất cả quân binh đều bay lên hư không mà đến châu Uất-đan-việt ở phương bắc. Khi vua ngự tới đó rồi, nhân dân ở cõi ấy đều vui lòng qui thuận đức lớn của ngài.

Vua lại phán với các đại thần rằng: "Bốn cõi thiên hạ đều được an ổn, phồn thạnh, nhân dân thảy đều qui thuận đức lớn của ta. Ta có đủ bảy báu và một ngàn đứa con, vậy các khanh nói xem giờ phải làm việc chi nữa?"

Các quan đáp rằng: "Dạ! Thánh vương! Ở miền Ba mươi Ba cảnh trời,[1] đời sống của chư thiên rất lâu dài, an ổn, khoái lạc. Chư thiên ở đó thân hình đoan nghiêm không chi sánh bằng. Cung điện mà họ ở, giường ngủ, giường nghỉ, đồ lót nằm, đều bằng bảy thứ báu. Họ cậy phước ở cảnh tiên, nên chưa chịu đến quy hóa. Nay đại vương nên đến đó mà làm cho họ khuất phục."

Lúc ấy, Thánh vương nghe theo lời ấy, cùng với bảy báu của ngài và tất cả quân binh đều bay lên hư không, lên tới cung trời *Đao-lợi*, nhìn thấy một cái cây màu xanh lục. Thánh vương liền hỏi các đại thần: "Đó là cây gì vậy?" Đại thần đáp rằng: "Đó là cây *Ba-lị-chất-đa-la*. Chư thiên ở cảnh trời *Đao-ly* này, trong ba tháng mùa hạ thường vui chơi ở cội cây ấy."

Vua lại thấy một tòa nhà đẹp rất uy nghiêm, màu trắng dường như mây bạc. Vua lại hỏi các đại thần rằng: "Đó là tòa nhà gì vậy?" Đại thần đáp rằng: "Đó là Thiện pháp đường. Chư thiên ở *Đao-ly* thường họp lại trong đó, luận việc thiên thượng và nhân gian."

Lúc ấy vị Thiên chủ *Thích-đề-hoàn-nhân* biết rằng vua Đỉnh Sanh đã đến, còn ở ngoài, bèn ra nghinh tiếp. Gặp nhau rồi, vị Thiên chủ chắp tay mời lên Thiện pháp đường, phân chỗ mà ngồi.

Lúc ấy, hai vua hình dung tướng mạo y hệt như nhau, duy chỉ cặp mắt có phần hơi khác nhau mà thôi. Ngay lúc ấy, Thánh vương có cái ý tưởng này: "Nay ta có nên từ bỏ ngôi vua kia mà ở lại nơi đây làm Thiên vương chăng?"

Thuở ấy, *Đế Thích* là bậc cao đức, đã từng thọ trì, đọc tụng kinh điển Đại thừa, mở mang, chỉ bảo, phân biệt, diễn thuyết với những kẻ khác. Chỉ đối với nghĩa lý thâm sâu chưa thông đạt đến mức cùng tột mà thôi. Nhờ sức nhân duyên thọ trì, đọc tụng, phân biệt và thuyết rộng với những kẻ khác, nên được oai đức rất lớn.

Còn Đỉnh Sanh, tuy có phước đức lớn được sanh làm bậc Chuyển luân Thánh vương, nhưng do lòng tham muốn ngôi vị Thiên chủ mà khởi lên tâm niệm chẳng lành đối với *Đế Thích*, liền phải rơi xuống cõi *Diêm-phù-đề*.

Vua Đỉnh Sanh từ đó lại ôm lòng mong muốn, nhớ tưởng cảnh trời, nên trong tâm phải chịu khổ não lớn. Lâu ngày phát thành bệnh nặng, cuối cùng phải mạng chung.

Chuyển luân Thánh vương Đỉnh Sanh không phải ai khác mà chính là một tiền thân của đức Phật Thích-ca Mâu-ni, còn vị *Đế-thích* có oai đức cao hơn ngài chính là tiền thân của Phật *Ca-diếp*, vị Phật đã ra đời trước Phật Thích-ca.

(Theo kinh Đại Bát Niết-bàn, quyển ba)

MỤC LỤC

Lời nói đầu 5
Thiện hữu và ác hữu 7
Hai vua hiền đức 29
Thí thân cho cọp 35
Nai cứu người 41
Người kỹ nữ 51
Vị danh y 53
Mẹ chết con sống 63
Người thợ tiện và người thợ vẽ 69
Học phải suy xét 71
Lễ vu lan 73
Kẻ dốt hay cãi 77
Chia gia tài 81
Vật trả ơn, nhơn trả oán 85
Cúng dường một bụm cát 91
Quỷ mẹ mất con 93
Kẻ hạ tiện đắc đạo 97
Con chó giữ của 101
Thái tử trong bụng cá 103
Vì hiếu quên thù 105
Cái chết của đàn bà 111
Thất tiết với chồng 113
Xảo ngữ với chồng 115

MỤC LỤC

Biết chuyện đời sau 117
Ý nghĩa cuộc đời 119
Chuyện người hai vợ 121
Hạt kim cương 123
Người thợ nhuộm 125
Chim phụng 127
Con chồn muốn cưới công chúa 131
Lấy đuôi làm đầu 133
Sư tử và con chim nhỏ 135
Sư tử và chó sói 139
Quạ, chó sói và nhà sư 141
Mèo và gà 143
Vượn và rùa 147
Bầy ngựa xay lúa 151
Quả báo hiện tiền 153
Sinh ra trong lửa 157
Đức Cổ Phật Thích-ca 163
Quỉ thần khoáng dã 167
Uy lực của lòng từ bi 169
Ủng hộ chánh pháp 177
Chuyển luân thánh vương 181

Lời thưa

Trong kinh Pháp Cú, đức Phật dạy rằng: "Pháp thí thắng mọi thí." Thực hành Pháp thí là chia sẻ, truyền rộng lời Phật dạy đến với mọi người. Mỗi người Phật tử đều có thể tùy theo khả năng để thực hành Pháp thí bằng những cách thức như sau:

1. Cố gắng học hiểu và thực hành những lời Phật dạy. Tự mình học hiểu càng sâu rộng thì việc chia sẻ, bố thí Pháp càng có hiệu quả lớn lao hơn. Nên nhớ rằng **việc đọc sách còn quan trọng hơn cả việc mua sách.**

2. Phải trân quý kinh điển, sách vở in ấn lời Phật dạy. Khi có điều kiện thì mua, thỉnh về nhà để tự mình và người trong gia đình đều có điều kiện học hỏi làm theo. Không nên giữ làm của riêng mà phải sẵn lòng chia sẻ, truyền rộng, khuyến khích nhiều người khác cùng đọc và học theo. Không nên để kinh sách nằm yên đóng bụi trên kệ sách, vì **kinh sách không có người đọc thì không thể mang lại lợi ích.**

3. Tùy theo khả năng mà đóng góp tài vật, công sức để hỗ trợ cho những người làm công việc biên soạn, dịch thuật, in ấn, lưu hành kinh sách, **để ngày càng có thêm nhiều kinh sách quý được in ấn, lưu hành.**

Thông thường, việc chi tiêu một số tiền nhỏ không thể mang lại lợi ích lớn, nhưng nếu sử dụng vào việc giúp lưu hành kinh sách thì lợi ích sẽ lớn lao không thể suy lường. Đó là vì đã giúp cho nhiều người có thể hiểu và làm theo lời Phật dạy. Mong sao quý Phật tử khắp nơi đều lưu tâm đóng góp sức mình vào những việc như trên.

TINH YẾU THỰC HÀNH PHÁP THÍ

- *Mua thỉnh kinh sách về đọc, tự mình sẽ được rất nhiều lợi ích.*

- *Chia sẻ, truyền rộng bằng cách cho mượn, biếu tặng kinh sách đến nhiều người thì lợi ích ấy càng tăng thêm gấp nhiều lần.*

- *Đóng góp công sức, tài vật để hỗ trợ công việc biên soạn, dịch thuật, giảng giải, in ấn, lưu hành kinh sách thì công đức lớn lao không thể suy lường, vì có vô số người sẽ được lợi ích từ việc lưu hành kinh sách.*